అభ్యుదయ శిష్యులకు శిక్షణ

చిన్న బృందాలుగా శిష్యుల తయారీ, గృహదేవాలయాలు, చర్చిల ఏర్పాటు ఉద్యమాలకు దారితీసే స్వల్పకాలిక ప్రచారకూటముల పర్యటనలకి దోహదం చేసే పుస్తకం.

అభ్యుదయ శిష్యులకు శిక్షణ

చిన్న బృందాలుగా శిష్యులతయారీ, గృహదేవాలయాలు, చర్చిల ఏర్పాటు ఉద్యమాలకు దారితీసే స్వల్పకాలిక ప్రచారకూటముల పర్యటనలకి దోహదం చేసే పుస్తకం.

రచయిత: డేనియల్ బి.లాన్ కాస్టర్, పిహెచ్ డి.,

ప్రచురణ: టి4టి ప్రెస్,

తొలి ముద్రణ: 2011

సర్వహక్కులు రచయితవి. సమీక్షకోసం క్లుప్తమైన సూక్తులను జతచేసుకోవడం మినహా, రచయిత నుంచి లిఖితపూర్వకమైన అనుమతిని పొందకుండా ఈ పుస్తకంలోని ఏ భాగాన్నైనా ఫోటో కాపీయింగ్, రికార్డింగ్ తో సహా, ఏ సమాచార నిల్వ, పునరుద్ధరణ విధానాలద్వారా ఎలక్ట్రానిక్ లేదా మెకానికల్ గా. ఏ రూపంలో లేదా ఏ పద్ధతులద్వారా అయినా పునరుత్పత్తి లేదా ప్రసారం చేయరాదు.

కాపీరైట్: 2011 డేనియల్ బి.లాన్ కాస్టర్

ఐఎస్ బిఎన్ 978-1-938920-36-3 ముద్రణ

అన్యదా ప్రత్యేకంగా సూచించినవి మినహా, మిగిలిన అన్ని పరిశుద్ధ గ్రంథ ఉల్లేఖనాలు అంతర్జాతీయ బైబిల్ సొసైటీవారి పరిశుద్ధ గ్రంథం, కొత్త అంతర్జాతీయ వెర్షన్®, ఎన్ ఐవి® కాపీరైట్ © 1973, 1978, 1984 నుంచి గ్రహించడం జరిగింది. దీనికి జోండార్ వాన్ అనుమతిని వినియోగించాం. అన్ని హక్కులు రిజర్వు చేయబడినవి.

పరిశుద్ధ గ్రంథ ఉల్లేఖనాల్లో (NLT) గా సూచించినవి పరిశుద్ధ గ్రంథం, న్యూ లివింగ్ ట్రాన్స్లేషన్ కాపీరైట్ © 1996, 2004 నుంచి టిండేల్ హౌస్ పబ్లిషర్స్, ఐఎన్ సి, వీటన్, ఇల్లినోయిస్, 60189 అనుమతితో ఉపయోగించాం. అన్ని హక్కులు వారివద్దనే వున్నవి.

పరిశుద్ధ గ్రంథ ఉల్లేఖనాల్లో (NASB) గా సూచించినవి ది లాక్ మెన్ ఫౌండేషన్ వారి న్యూ అమెరికన్ స్టాండర్డ్ బైబిల్ ®, కాపీరైట్ © 1960, 1962, 1963, 1968, 1971, 1972, 1973, 1975, 1977, 1995 నుంచి తీసుకున్నాం. అన్ని హక్కులు రిజర్వు చేయబడినవి.

పరిశుద్ధ గ్రంథ ఉల్లేఖనాల్లో (HCSB) గా సూచించినవి హోల్ మెన్ బైబిల్ సొసైటీవారి హోల్ మెన్ క్రిస్టియన్ స్టాండర్డ్ బైబిల్ ®, కాపీరైట్ © 2003, 2002, 2000, 1999 నుంచి తీసుకున్నాం. అన్ని హక్కులు రిజర్వు చేయబడినవి.

పరిశుద్ధ గ్రంథ ఉల్లేఖనాల్లో (CEV)గా సూచించినవి అమెరికన్ బైబిల్ సొసైటీవారి కాంటెంపరరీ ఇంగ్లీష్ వెర్షన్, కాపీరైట్ © 1995 నుంచి తీసుకున్నాం. అనుమతితో ఉపయోగించాం.

లైబ్రరీ ఆఫ్ కాంగ్రెస్ క్యాటలాగింగ్-ఇన్-పబ్లికేషన్ డేటా

లాన్కాస్టర్, డేనియల్.బి.

అభ్యుదయ శిష్యులకు శిక్షణ: చిన్న బృందాలుగా శిష్యుల తయారీ, గృహ దేవాలయాలు, చర్చిల ఏర్పాటు ఉద్యమాలకు దారితీసే స్వల్పకాలిక ప్రచారకూటముల పర్యటనలకి దోహదం చేసే పుస్తకం./ డేనియల్ బి. లాన్కాస్టర్.

ఉపయుక్త గ్రంథ సూచిలతో సహా.

ISBN 978-1-938920-36-3

1. యేసు అనుసరణ శిక్షణ: ప్రాథమిక శిష్యరికం-అమెరికా సంయుక్త రాష్ట్రాలు. 1. శీర్షిక.

సిఫార్సులు

"అనుభవం, అంకితభావాల దృష్టి ద్వారా ప్రచారక వర్గాల విస్తరణ, చర్చిల వృద్ధిని చూపే కొత్త పుస్తకాల అవసరం ఎల్లప్పుడూ వుంది. యేసు శిక్షణను అనుసరించడం ఈ పరంపరలో ఒకటి. ఈనాటి ప్రపంచంలోని దేశాలకు చేరేందుకు యేసు వ్యూహాన్ని ఇది సరళతరం చేస్తుంది.

ఈ పుస్తకాన్ని రచించినది కేవలం ఒక సిద్ధాంతకర్త కాదు, ఆచరణలో వున్న వ్యక్తి. అనుభవజ్ఞుడైన మత ప్రచారకుడు డాన్ లాన్కాస్టర్ కలం నుంచి తాజా దృక్పథంతో జాలువారిన జీసస్ శిక్షణ అనుసరణ అనే ఈ గ్రంథాన్ని చదవడం, అధ్యయనం చేయడం ద్వారా, మీరు సుసంపన్నులు కాగలరు"

రాయ్ జె.ఫిష్
ప్రొఫెసర్ ఎమ్మెరిషన్
సౌత్ వెస్ట్ బాప్టిస్ట్ థియలాజికల్ సెమినరీ

ఏ సాంస్కృతిక బృందంలోనైనా ఆసక్తిగలవారిని, కొత్త విశ్వాసులను శిష్యులుగా రూపొందించడంకోసం ఏదైనా ఆచరణాత్మకమైన దానికోసం చూస్తున్నారా? అదే ఇది!

ఇతరులకు శిక్షణ ఇచ్చేందుకు కొత్త శిష్యులు ఉపయోగించేందుకు చాలా సులువైనది, అనుసరించదగిన మూడురోజుల, శిష్యరిక శిక్షణ గ్రంథం, బదులుగా, ఉదాహరణకు, యేసు ఆదేశాలకు ప్రేమపూరితంగా వినయంతో వుండడం. డాన్ లాన్కాస్టర్ ఎన్నో టన్నుల అనుభవాన్ని, ఉత్తమ అభ్యాసాలను, పవిత్ర గ్రంథ సూక్తులు తీసుకొని, నేను నాతో తీసుకువెళ్ళగలిగే ఒక సాధనంలో వాటిని పొందుపరిచారు"

గాలెన్ కుర్రాహ్
పాల్ తిమోతి ట్రైనర్స్ ఇటినెరాంట్ కన్సల్టెంట్
www.Paul-Timothy.net

"ఈ శిష్యరిక సామగ్రికిగల స్పష్టమైన, పునరుక్తమైన దృక్పథం విశ్వాసం తాలూకు ప్రాథమిక అంశాలను అర్థం చేసుకుని నిపుణుడయ్యేందుకు, అతను లేదా ఆమె నేర్చుకున్న విషయాలను ఇతరులతో పంచుకునేందుకు సమర్థవంతమైన పరిజ్ఞానాన్ని కొత్త విశ్వాసికి అందిస్తుంది."

క్లాడ్ డి.మాడోర్
ఎగ్జిక్యూటివ్ వైస్ ప్రెసిడెంట్
ఇంటర్నేషనల్ మిషన్ బోర్డ్, ఎస్.బి.సి

"నేను ఈ సామగ్రిని అమెరికాలో వందలాదిమంది స్థానిక నాయకులకు నేర్పించాను, ప్రతిసారి నాకు ఒకే విధమైన రెండు జవాబులు వచ్చాయి, "ఇది చాలా సరళంగా వుంది" అని, అలాగే "నేను దీన్ని కొన్ని సంవత్సరాల ముందు నేర్చుకుంటే బాగుండు ననిపించింది" అని. ఈ బోధనసామగ్రిలోని సత్యం వ్యాప్తిచెందగలిగేది, ఆచరణ సాధ్యమైనది, రుజువైనది, శిష్యులను తయారుచేసే, శిష్యుల రూపకల్పనలో సమర్థవంతమైనది. దీన్ని నేను హృదయపూర్వకంగా సిఫారసు చేస్తున్నాను!"

రాయ్ మాక్ క్లంగ్
మిషనరీ/ కన్సల్టెంట్
www.MaximizeMyMinistry.com

"ఇది సిపిఎం ప్రపంచంలో ఒక ప్రశ్నోత్తర గ్రంథం. ఇది శిష్యరికంలో ఒకఫలవంతమైనజీవితంకోసంప్రాథమికపరిజ్ఞానాన్ని అందించేందుకు వీలైన ఒక ఎన్నదగ్గ ప్రక్రియతో కూడిన సరళమైన సారాంశం. ఇది విలువైన, ఆచరణీయమైన శిక్షణ చిట్కాలతో నిండివుంది."

కర్టిస్ సార్జెంట్
గ్లోబల్ స్ట్రాటజీస్ ఉపాధ్యక్షుడు
ఇ3 పార్ట్నర్స్ మినిస్ట్రీ
www.e3partners.org

"యేసును అనుసరించడంలో శిక్షణ పుస్తకం ఒకటి- అభ్యుదయ శిష్యులకు శిక్షణ - ప్రపంచవ్యాప్తంగా విశ్వాసులు యేసులో తమ పునాదిని నిర్మించుకునేందుకు ఉపయోగించుకోగలిగే విధమైన ఆచరణీయమైన శిష్యరిక సాధనం. తమ హృదయాలు, ఆత్మ, ఆలోచనలు, శక్తితో పూర్తిగా భగవంతుడిని ప్రేమించడాన్ని విశ్వాసులకు ఇది బోధిస్తుంది. యేసు ప్రేమను తెలియజేయగలిగేందుకు కొత్త విశ్వాసులు, అలాగే పరిణితి చెందిన విశ్వాసులు ఉపయోగించుకోగలికే సాధనాలను కూడా ఇది అందిస్తుంది.

మొదటి రోజు నుంచి, అభ్యాసకులు ఒక కోల్పోయిన, మృతప్రాయమైన ప్రపంచం గురించి విచారించడం ప్రారంభిస్తారు. చీకటితో నిండిన ప్రదేశాల్లోకి యేసు అనే దీపంతో వెళ్ళగలగడమనే తాము నేర్చుకున్న విషయాన్ని ఇతరులతో పంచుకోవడంపై శిక్షకులు శిక్షణనిస్తారు. ఇది ఆచరణాత్మకమైనది, వినియోగించుకునేవారికి స్నేహపూర్వకమైనది గ్రంథాలను అనుసరించినది, ధైర్యంగా చెప్పినది."

గారల్డ్ డబ్ల్యు.బుర్చ్
మిషనరీ ఎమెరిటస్
ఇంటర్నేషనల్ మిషన్ బోర్డ్, ఎస్ బిసి

“యేసుకు అభ్యుదయ అనుచరులను తయారుచేసేందుకు ఒక సరళమైన, గ్రంథాలను అనుసరించిన, పునరుత్పాదకమైన పద్ధతిని డాన్ లాన్ కాస్టర్ అందించారు. మీరు ఇంకా దేనికోసం ఎదురు చూస్తున్నారు? భగవంతునిలో విశ్వాసులు వర్ధిల్లేందుకు తోడ్పడే యేసుకు చెందిన 8 సాధారణ చిత్రాల్ని డాన్ ఉపయోగించారు. ఈ సూత్రాలు ప్రచారకుల సంఘ అనుభవంతో పోతపోసి పరీక్షించినవి, అవి మీకు ఉపయోగపడగలవు.”

కెన్ హెంఫిల్
నేషనల్ స్ట్రాటజిస్ట్ ఫర్ ఎంపవర్మెంట్ కింగ్డమ్ గ్రోత్
రచయిత, ప్రసంగీకుడు, గ్రోత్ కన్సల్టెంట్, ఇవాంజిలిజం, చర్చి
గ్రోత్ ప్రొఫెసర్

“నేను ఫిలిప్పీన్స్ లో ఈ సామగ్రిని ఉపయోగించాను, దీన్ని అభిమానించాను, అందుకంటే ఇది పనిచేసింది. మీరు ఈ సామగ్రిని ఎందుకు ఇష్టపడుతున్నారని నా అభ్యాసకులనడిగాను, వారిలా స్పందించారు, “ఎందుకంటే ఇది మేము నేర్చుకోవడానికే కాక, ఇతరులకు శిక్షణనిచ్చేందుకు కూడా ఉపయోగపడుతుంది!”. అది ఈ సరళమైన పాఠాలకుగల గొప్ప విలువ... ఇవి పునరుత్పాదకమైనవి.
మనం న్యాయవాదులను, వైద్యులను, సైనిక కల్నల్ లను, వ్యాపారవేత్తలను, వితంతువులను, ద్వారంవద్ద కాపలావారిని చూస్తాం, చదువుకున్నవారు, చదువులేని వారు కూడా ఈ సామగ్రి ఉపయోగించి శిక్షణనిచ్చేలా ఇతరులకు శిక్షణనివ్వగలరు.”

డర్రాల్ సీలే
ఫిలిప్పీన్స్ లో మిషనరీ

“థాయ్ ల్యాండ్ లోని గ్రామీణ, పట్టణ ప్రాంతాలు రెంటిలో ముప్ఫయ్యేళ్ళుగా చర్చిన ఏర్పాటు వృత్తిలో వుండి, చాలా తరచుగా నేను- తమ ఆధ్యాత్మిక పోషణలో చాలా శాతంకోసం బయటి నాయకులపై ఆధారపడడాన్ని కొనసాగించేవైన “క్షీణదశలోగల చర్చిల”ను చూశాను. దీనికి ఎక్కువగా ఏది కారణమంటే, ఈ చర్చిలను ఏర్పాటు చేసినవారు జాతీయ విశ్వాసుల ద్వారా పునరుత్పాదకంగాని పాశ్చాత్య-ఆధారిత బోధన పద్ధతులను ఉపయోగిస్తున్నారు. ఆ చర్చిల్లో కొన్ని తమకుతాము పునరుత్పాదకం కాలేకపోయాయి- అవి పుట్టుకనుంచే కదలలేనివైపోయాయి!
సువార్త ఒక విశ్వాసి నుంచి మరొక విశ్వాసికి చేరడం: పునరుత్పాదకత, పునరావృత్తాల సరళత్వం అనే రెండు కీలకమైన అంశాలపై మనకు ఈ శిక్షణ సామగ్రి మనకు హామీని ఇస్తోంది.”

జాక్ కిన్నిసన్
మిషనరీ ఎమారిటస్
ఇంటర్నేషనల్ మిషన్ బోర్డ్, ఎస్ బిసి

“ఎవరైనా తన శిష్యుడు కావాలనుకుంటే, అతను తప్పనిసరిగా “తనను తాను వదులుకోవాలని, నా శిలువను చేతపట్టి, నన్ను అనుసరించాలని” యేసు చెప్పారు. ఒక ఉపాధ్యాయునిగా, పాస్టర్ గా, ఫాదర్ గా, మిషనరీగా శిష్యరికానికి సంబంధించిన మౌలికమైన, భర్తీచేయలేని డిమాండ్లను డాన్ లాన్ కాస్టర్ అర్థం చేసుకున్నారు. ఈ శిక్షణ విలువైనది, వ్యూహాత్మకమైనది, మారుమూల గ్రామాలకు అనువైనది, అలాగే విశ్వవిద్యాలయాల తరగతి గదులకు కూడా.

శిష్యరికానికి పిలుపు అనేది విశ్వవ్యాప్తమైనది, ప్రతి సంస్కృతిలో, అమరికలో ఉపయోగపడే, పునరుత్పాదకమైన ఒక సాధనాన్ని డాక్టర్.లాన్ కాస్టర్ సృష్టించారు. సరళమైన, దృఢమైన బోధన పద్ధతులను ఉపయోగించడంవల్ల, శిష్యత్వపు శిక్షణను అటు సరదాగాను, ఇటు జ్ఞాపకంవుంచుకోదగ్గదిగాను ఎఫ్ జెటి చేస్తుంది. అనుసరించే యేసు శిక్షణ పూర్తిగా శిష్యులకే ఉద్దేశించిన ఏర్పాటు: గ్రంథాలను అనుసరించినది, పునరుత్పాదకమైనది, ఆచరణీయమైనది, హెచ్చవేయగలిగేది.”

బాబ్ బట్లర్
కంట్రీ డైరెక్టర్
కోఆపరేటివ్ సర్వీసెస్ ఇంటర్నేషనల్
ఫానోమ్ ఫెన్హ్, కింగ్డమ్ ఆఫ్ కంబోడియా

డాక్టర్. డాన్ లాన్ కాస్టర్ కేవలం సువార్తలనే కాకుండా సంస్కృతిని కూడా జాగ్రత్తగా అధ్యయనం చేశారు. దేవునిలో ప్రజలు బలంగా వర్థిల్లేందుకు తోడ్పడగలిగే సరళమైన, చేసేందుకు సాధ్యపడే ప్రక్రియను ఆయన మనకు ఇచ్చారు, అది “కార్యక్రమ ఆధారితం”గా మారకుండా యేసు పద్ధతులను అనుసరిస్తుంది. ఈ ప్రక్రియ యేసు కేంద్రంగా, శిష్యుల ఆధారితంగాగల గృహ ప్రార్థనా మందిరాలకోసం ఉద్దేశించినది. ఈ ప్రక్రియను నేను ఎంతగానో మెచ్చుకుంటున్నాను. ఇది గృహ ప్రార్థనా మందిరాల సంస్కృతిని అధిగమించాలని, ఉత్తర అమెరికాలోని సంప్రదాయ చర్చిలో కూడా దీన్ని వినియోగించాలని నేను ప్రార్థిస్తున్నాను”

టాడ్ ఎల్మోర్
ప్రేయర్ స్ట్రాటజిస్ట్ అండ్ ఫీల్డ్ మినిస్ట్రీ స్ట్రాటజిస్ట్
సదరన్ బాప్టిస్ట్స్ ఆఫ్ టెక్సాస్ కన్వెన్షన్

ఇందలి విషయాలు

ముందుమాట

"... మరియు, నేను మీకు ఏవైతే ఆదేశించానో ఆ
అంశాలని అన్నింటిని పాటించమని వారికి బోధించండి"

అత్యంత గొప్ప ఆజ్ఞకు చివరలోని ఈమాటలు 2,000 సంవత్సరాల క్రితం యేసు మొదట ప్రవచించినప్పటి నుంచి ఈ రోజువరకూ అంతే ముఖ్యమైనవి, సవాలుగా నిలుస్తున్నాయి. అన్ని అంశాలు పాటించమని యేసు ఆజ్ఞాపించడంలో అర్థమేమిటి? యేసు చెప్పిన, చేసిన ప్రతిదానిని మనం వివరించి రాసినట్టయితే అలా రాసిన గ్రంథాలతో భూలోకమంతా నిండిపోతుందని అపొస్తలుడైన యోహాను మనకు చెబుతున్నాడు (యోహాను 21:25). నిశ్చయంగా, యేసు మనసులో అంతకుమించిన అంతరార్థమేదో వుంది. యేసును అనుసరించేందుకు శిక్షణ మొదటిభాగంలో, అభ్యుదయ శిష్యుల శిక్షణ అనే ఉపశీర్షిక కింద, సువార్తలనుంచి యేసుకు చెందిన ఎనిమిది చిత్రాలను డాన్ లాన్ కాస్టర్ చిత్రీకరించారు, వాటిని, ఎప్పుడు అనుసరించినా, యేసును అనుసరించే వ్యక్తిని యేసు-లాంటి శిష్యునిగా మార్చుతాయి..

అభ్యుదయ శిష్యుల శిక్షణలో, శిష్యరికంపై కేవలం మరో పుస్తకాన్ని తయారుచేయడంకన్నా ఎక్కువ లక్ష్యాన్ని డాన్ పెట్టుకున్నారు. శిష్యరికాన్ని హెచ్చవేసే ఉద్యమం సృష్టిపై తన దృష్టిని డాన్ కేంద్రీకరించారు. చివరికి, కేవలం కొత్త విశ్వాసులను యేసు-లాంటి శిష్యులుగా మార్చేదిగా మాత్రమే కాక, ఆ శిక్షణ పొందిన శిష్యులకు తమకుతాముగా సమర్థులైన శిష్యులను తయారుచేయగలిగే సామర్థ్యంకలిగించేలా రూపొందేవరకూ తన శిక్షణ కార్యక్రమాన్ని ఆయనతయారుచేసి, పరీక్షించి, విశ్లేషించి, తిరిగి మార్చడానికి నాలుగు సంవత్సరాలు ఖర్చుచేశారు.

ఈ శిష్యరిక విధానాన్ని అభివృద్ధి చేశాక, వినియోగించుకునేవారికి స్నేహ పూరితంగా, పునరుత్పాదక నమూనాలో, ప్రపంచంలోని ఎలాంటి సాంస్కృతిక అమరికలోనైనా వర్తింపజేసునేలా ఈపాఠాలనుకుదించడంద్వారా మొత్తంయేసు

శరీరాన్ని ఒక సేవగా డాక్టర్.లాన్ కాస్టర్ రూపొందించారు. అభ్యుదయ శిష్యులను తయారుచేయడం అనేది యేసులా వ్యవహరించడం, కొత్తశిష్యుల ద్వారా ప్రపంచవ్యాప్తంగా యేసు సామ్రాజ్యాన్ని విస్తరింపజేయడం అనే నిరంతరమైన కార్యక్రమానికి క్రియాశీలకమైన తోడ్పాటు.

ఈ ప్రపంచంలో ఒక కాలానికి లోబడి శిష్యులను తయారు చేయడం సులభంకాదు, కాని అది అసాధ్యం కూడా కాదు, అలాగే అది అభిలషణీయమూ కాదు. డాన్ లాన్ కాస్టర్ రూపొందించిన అభ్యుదయ శిష్యులకు శిక్షణలోకి మీరు అడుగుపెట్టినట్టయితే, పరీక్షించిన, రుజువైన ముందుకు నడిచే మార్గానికి దారిచూపించే తోటి శిష్యులను, శిష్యుల శిక్షకులను మీరు కలుసుకోగలరు.

డేవిడ్ గారిసన్
ఛియాంగ్ మై, థాయిలాండ్
రచయిత- చర్చి- ప్లాంటింగ్ మూవ్ మెంట్స్: హౌ గాడ్ ఈజ్
రిడీమింగ్ ఏ లాస్ట్ వరల్డ్

కృతజ్ఞతలు

పదిహేనేళ్ళక్రితం యేసును అనసరించే శిక్షణ మూడు చర్చిల్లో ప్రారంభమైంది, ఆ చర్చి సభ్యులకు కృతజ్ఞతలు: అవి కమ్యూనిటీ బైబిల్ చర్చి, హామిల్టన్, టెక్సాస్ (ఒక గ్రామీణ చర్చి ప్లాంట్); న్యూ కోవెనెంట్ బాప్టిస్ట్ చర్చి, టెంపుల్, టెక్సాస్ (శిష్యరికంపై దృష్టి కేంద్రీకరించేందుకు ఏర్పాటైన ఒక చర్చి); హైలాండ్ ఫెలోషిప్, లూయిస్ విల్లే, టెక్సాస్ (ఒక సబర్బన్ చర్చి ప్లాంట్). ఏళ్ళవెంబడి, ఎఫ్ జేటి నాలుగు నుంచి ఏడు, చివరికి ఎనిమిది, యేసు చిత్రాలకు ఎదగడం మనం చూశాం. మనం కలిసి ఎన్నో పంచుకున్నాం, మీ ప్రేమ, ప్రార్థనలు దేశదేశాల్లో సఫలీకృతమవడంలో ఫలితాలనిచ్చాయి!

అంతర్జాతీయంగా అనుసరించదగ్గ యేసు శిక్షణను మెరుగు పరిచేందుకు, అమలుచేసేందుకు అనేక ఆగ్నేయాసియా దేశాల్లోని జాతీయ భాగస్వాములుకూడా సాయపడ్డారు. ఆ దేశాల్లో రక్షణ, భద్రతాపరమైన సమస్యలున్నందున, నేను వారి పేర్లు వెల్లడించలేను. ప్రధానంగా, క్షేత్ర-పరీక్షా శిక్షణలోను, ఇతరులకు శిక్షణనిచ్చే శిష్యుల తరాలకు శిక్షణ కొనసాగించడంలో విజయం సాధించేందుకు ముగ్గురు జాతీయులకు చెందిన ఒక బృందం సాయపడింది.

శిక్షణలో పాల్గొన్న అనేకమంది ఆగ్నేయాసియాలో ఈ నాలుగేళ్ళపాటు అభివృద్ధి ప్రక్రియ పొడవునా ప్రార్థనతో కూడిన మద్దతును, సమాచారాన్ని, ప్రోత్సాహాన్ని ఇచ్చినందుకు కృతజ్ఞతలు. గణనీయమైన మార్గాల్లో శిక్షణపై దృష్టి పెట్టేందుకు, మెరుగు పరిచేందుకు మీరు సాయపడ్డారు.

మీరంతా మార్గదర్శకులుగా, జీవితానుభవాలను పెట్టుబడిగా పెట్టినవారివల్లతయారైనవారివారు.యేసుకు శిష్యునిగా నా జీవితంపై వారి ప్రభావాన్ని చూపించినందుకు రెవరెండ్. రోనీ కాప్స్, డాక్టర్. రాయ్ జె.ఫిష్, రెవరెండ్. క్రైగ్ గారిసన్, డాక్టర్ డేవిడ్ గారిసన్, డాక్టర్. ఎల్విన్ మెక్ కాన్, రెవారెండ్. డ్వైలెన్ రోమ్, డాక్టర్.థామ్ వుల్ఫ్ లకు ధన్యవాదాలు తెలుపుకొంటున్నాను.

చురుగ్గా నేర్చుకునేందుకు వీలైన అనేక స్కిట్ లను ఆ శిక్షణలో అందించిన డాక్టర్లు జార్జి పాటర్సన్, గాలెన్ కుర్హాహ్ లకి ప్రత్యేక కృతజ్ఞతలు.

చివరిగా, నాకు మద్దతును, ప్రోత్సాహాన్ని అందించిన నా కుటుంబానికి కృతజ్ఞతలు. అనంతమైన విశ్వాసం, ఆశ, ప్రేమలతో కూడిన వనరుతో నా పిల్లలు, జాఫ్, జాచ్, కరిస్, జేన్ కొనసాగగలరు.

వ్రాతప్రతులను అనేకసార్లు చదివి, సూచనలు అందించడంద్వారా నా భార్య హోల్లీ గుర్తించదగిన కార్యాన్ని చేసింది. తాను నాయకత్వం వహించిన శిక్షణా తరగతుల నుంచి అనేక మంచి ఆలోచనలను ఆమె జతచేసింది, పలు అంశాలకోసం విశ్వసనీయమైన ప్రసంగీకురాలిగా నిలిచింది, గత పదిహేను సంవత్సరాలుగా ఎంతగానో ప్రయాస పడింది.

ఉద్వేగవంతమైన, ఆధ్యాత్మిక నాయకులను తయారుచేయడాన్ని మనం కొనసాగించేలా, దేశాలకు స్వస్థత చేకూర్చగలిగేలా భగవంతుడు మీ అందరి ఆశీర్వదించుగాక!

డేనియల్ బి.లాన్ కాస్టర్, పిహెచ్.డి.
ఆగ్నేయాసియా

పరిచయం

యేసును అనుసరించండి శిక్షణ (FJT) కార్యక్రమం మొదటి భాగం- అభ్యుదయ శిష్యులకు శిక్షణలో పాలుపంచుకునేందుకు వచ్చినవారికి స్వాగతం. దేవుని కుమారుడైన యేసును అనుసరించే మిమ్ములను భగవంతుడు ఆశీర్వదించు గాక. మీ జీవితాలను సుసంపన్నం చేయుగాక. సువార్త చేరని జనసమూహాల (UPG) వద్దకు మీరు వెళ్లి ప్రభువు బాటలో మాలమాల్లగా పయనించేటపుడు మీ మినిస్ట్రీ వందరెట్లు ఫలవంతమవుగాక.

ప్రపంచాన్ని చేరేందుకు యేసు అనుసరించిన వ్యూహం ప్రాతిపదికగా రూపొందించిన సమగ్ర శిక్షణ వ్యవస్థయే మీ చేతుల్లో ఉన్న నిర్దేశక గ్రంథం, ఉత్తర అమెరికా, ఆగ్నేయాసియాలలో ఏళ్ల తరబడి పరిశోధన, పరీక్షల ఫలితంగా ఇది రూపొందింది. ఇది ఒక సిద్ధాంతం కాదు. చరణాత్మకం, దేవుని కార్యాన్ని మీరు నెరవేర్చుతున్నందువల్ల ప్రపంచంలో నిజమైన మార్పు తెచ్చేందుకు దీన్ని వినియోగించండి. మేం అలా చేశాం. మీరు కూడా చేయగలరు.

అమెరికాలోని గ్రామ, పట్టణ ప్రాంతాల్లో చర్చిలు (దేవుని ప్రార్థనాలయాలు) ప్రారంభించిన తర్వాత దక్షిణాసియా బృందాలకు శిక్షణ ఇవ్వాలని మా బోధక కుటుంబానికి ప్రేరణ కలిగింది. నేను అమెరికాలో పదేళ్లపాటు ప్రార్థనాలయ నిర్వాహకునిగా పనిచేయటమే కాక ఇతర నిర్వాహకులకు కూడా శిక్షణ ఇచ్చాను. మరి విదేశాలకు వెళ్లి అక్కడ కూడా ఇదే విధి నిర్వర్తించటం ఎంత కష్టం? మా కుటుంబ సభ్యులు లక్ష్యసాధనకోసం కార్యక్షేత్రానికి అతిశయంతోను, పెద్ద ఆశలతోను బయలుదేరి వెళ్లారు.

భాష నేర్చుకునేటపుడు ఒక జాతీయ భాగస్వామితో కలిసి ఇతరులకు శిక్షణ ఇవ్వటం ప్రారంభించాను. ప్రాథమిక శిష్యత్వం, ప్రార్థనాలయ కార్యనిర్వహణపై వారంరోజుల శిక్షణ కార్యక్రమం ప్రారంభించాం. విలక్షణంగా 30-40 మంది విద్యార్థులు వచ్చేవారు. పాఠాలు బాగున్నాయని, మా బోధన బాగుందని ప్రశంసించేవారు. అయినప్పటికీ ఒక విషయం

నన్ను కలవరపెట్టేది. వారు నేర్చుకున్న విషయాలను ఇతరులకు బోధించరని స్పష్టంగా అర్థమైంది.

ఇప్పుడు అమెరికాలో అలా “ఇతరులకు బోధించకుండా తప్పుకున్నా ఫరవాలేదు”. బైబిల్ కు సంబంధించిన సహజ గ్రహణశక్తి మా సంస్కృతిలో ప్రధానంగా వుంది, లేదా వుంటూ వచ్చింది. దారి తప్పిన (లాస్ట్ పీపుల్) వారి విషయంలో కూడా ఇది నిజం. అయితే ఆగ్నేయాసియాలో దారి తప్పినవారికి బైబిల్ అవగాహన లేదు. అమెరికాలో అయితే దారి తప్పినవారికి మరో క్రైస్తవుడు తారసపడి కార్యక్షేత్ర స్థాయిలో ప్రభావం చూపవచ్చు. కాని గ్యారంటీ లేదు.

సరే, ఇక్కడ మనం సందిగ్ధావస్థలో ఉన్నాం. మనం “సద్విషయాలు” అని భావించినవాటిని ఇతులకు బోధిస్తున్నాం. కాని అలా విషయాలను గ్రహించినవారు ఇతరులకు బోధించటంలేదు. వాస్తవానికి మనం “వృత్తిపరంగా సదస్సులకు హాజరయేవారిని” ఆకర్షిస్తున్నామా అన్న మీమాంస కలుగుతోంది. దారిద్ర్యంలో మునిగిన దేశంలోని వారికి వారం రోజులపాటు శిక్షణలో భోజన ఏర్పాటుల చేసినా నిష్ఫలమే అయింది. తర్వాత జరిగింది నన్ను ఆశ్చర్యానికి గురిచేసింది. తగ్గిపోయేట్లుగా చేసింది.

ఒక పర్యాయం శిక్షణ కార్యక్రమం ముగిసిన తర్వాత ఒక టీ దుకాణంలో కూర్చుని శిక్షణ పొందిన ఒకరిని అనువాదకుని సాయంతో చిన్న ప్రశ్న వేశాను.

“జాన్, ఈ వారంలో మన వద్ద శిక్షణ తీసుకున్నవారిలో ఎంత మంది నిజంగా మరెంతమందికి ఇలా శిక్షణ ఇవ్వగలరని అనుకుంటున్నారు?”

జాన్ కొంతసేపు ఆలోచించాడు. నాకు అతడు సమాధానం ఇవ్వడని అర్థమైపోయింది. అతడి దేశ సంస్కృతి ప్రకారం విద్యార్థి తన టీచర్ కు ఎదురు చెప్పరాదు. ఆ ప్రకారమే నేను అడిగినదానికి ఎదురు చెప్పరాదని అతను భావించాడు. సంభాషణ మరికొంతసేపు సాగిన తర్వాత, నేను హామీ ఇచ్చిన అనంతరం అతడి స్పందన మొత్తం దృశ్యాన్నే మార్చివేసింది:

> “డాక్టర్ డాన్, మీరు గతవారం శిక్షణ ఇచ్చినవారిలో పదిశాతం మాత్రమే ఇతరులకు తిరిగి శిక్షణ ఇవ్వగలరని భావిస్తున్నాను.”

నేను దిగ్భ్రాంతి చెందినా పైకి కనిపించలేదు. ఇందుకు బదులు అతడిని నేను మరో ప్రశ్న వేశాను. దాంతో ఒక ప్రక్రియ

ప్రారంభం అయింది ఈ పద్ధతిని మరో రెండున్నర సంవత్సరాలు మేం అనుసరించాం:

> “అలా ఆచరణలో పెట్టగలరని నీవు భావించే పదిశాతం మందిని చూపించగలవా? ఆ పది శాతాన్ని అట్టేపెట్టుకుని మిగతా వారిని వదిలించుకోవాలని అనుకుంటున్నా. ఆమేరకు శిక్షణ కార్యక్రమాన్ని తిరిగి రాద్దామనుకుంటున్నా. మేం వారికి ఇచ్చిన శిక్షణను వారు ఇతరులకు గరపేవరకూ అలాగే చేద్దామనుకుంటున్నా.”

నిజంగా ఆచరణలో పెట్టగలరని అనుకుంటున్న పదిశాతం వారిని జాన్ నాకు చూపించాడు. మిగతావారిని వదిలేసి తదుపరి సమావేశంకోసం శిక్షణ కార్యక్రమాన్ని తిరిగి రాశాం. ఒక నెలరోజుల తర్వాత మరో వారం శిక్షణ ఇచ్చాం. అనంతరం జాన్‌కు అదే ప్రశ్న వేశాను: ఎంత శాతం చేయగలరు?

> *జాన్ ఇలా అన్నాడు. “డాక్టర్ డాన్, ఈసారి మీవద్ద శిక్షణ తీసుకున్న వారిలో15 శాతంమంది తిరిగి ఇతరులకు బోధిస్తారని విశ్వసిస్తున్నా.”*

నాకు నోట మాటరాలేదు. గత నెలలో ఇచ్చిన శిక్షణ కార్యక్రమాన్ని పూర్తిగా తిరగరాశానన్న సంగతి జాన్‌కు తెలియదు.. అమెరికాలో పాస్టర్‌గా నేను నేర్చుకున్నవీ, ఇతర చర్చి నిర్వాహకులకు బోధించినవీ వీటన్నిటిలో అత్యుత్తమ అంశాలను ఏరి కూర్చాను. ఇంతవరకూ నేను నిర్వహించిన సదస్సులలో ఇది అత్యుత్తమమైనది..ఈ విద్యార్థుల్లో 15శాతం మాత్రమే తిరిగి ఇతరులకు బోధిస్తారా!

“యేసు ప్రభువును అనుసరించు’ శిక్షణ వ్యవస్థకు మెరుగులు పెడుతూ, అభివృద్ధి చేస్తూ... ఇలా ప్రక్రియ రెండున్నర ఏళ్లు సాగింది. ఒక వారం సదస్సు నిర్వహణ, తర్వాత వారు ఏమి నేర్చుకున్నారనేది తెలుసుకోవటం (ఫీడ్ బ్యాక్)... ఇలా ప్రతి నెలా చేసేవారం. ఒక ప్రశ్న మా ప్రయత్నాలను ముందుకు నడిపించింది. మనం నేర్పించిన దానిలో ఎంత శాతం మేరకు ఈ శిక్షణవల్ల ఎంతమంది ఇతరులకు బోధించగలరు లేక బోధిస్తున్నారు?

మూడవనెల పూర్తయ్యేసరికి ఆచరణాత్మకంగా వుండేవారి సంఖ్య 20 శాతానికి చేరింది. మరుసటి నెల 25 శాతానికి

చేరింది. మరికొన్ని మాసాలపాటు పురోగతి కనిపించలేదు. ఆ తర్వాత ముందుకు దూసుకుపోయాం. అభివృద్ధి దశలో మొత్తంమీద ఒక విషయం స్పష్టమైంది. ఏసు ప్రభువును అనుసరించేందుకు ఆయన ఉదాహరణగా ఎంత ఎక్కువమందికి మేం శిక్షణ ఇస్తే అంత అధికంగా వారు ఇతరులకు తిరిగి శిక్షణ ఇచ్చే అవకాశం కనిపించిందిమేం శిక్షణ ఇచ్చినవారిలో 90శాతంమంది ఇతరులకు శిక్షణ ఇస్తున్నారు. జాన్, అతడి తోటి దేశీయులు నాతో తమ అనుభవాలు పంచుకున్న రోజు నాకింకా గుర్తుంది. పశ్చిమదేశాల పద్ధతులు, ఆసియా పద్ధతులు, పిహెచ్ డి శిక్షణ, మా అనుభవాలు ఇవన్నీ పక్కనపెట్టి యేసు చూపిన బాటన నడిచాం.

“యేసు ప్రభువును అనుసరించు శిక్షణ” కార్యక్రమం (FJT) రూపు దిద్దుకున్న కథ ఇదే. ప్రమాణవచనమైన సువార్తల రక్షణ గ్రంథం, లేఖనాలు, చర్చి చరిత్రలలో తెలిపిన ప్రకారం, వివిధ జాతుల ఉద్ధరణకు అమలుచేసిన వ్యూహంలోని 5 సోపానాలను విశ్వాసులు అనుసరించేందుకు, ఆచరణాత్మకమైన అభ్యుదయ శిష్యులని తయారుచేయడం కార్యక్రమం దోహదం చేస్తుంది. విశ్వాసిగా రూపాంతరం చేయటమే ఈ శిక్షణ కార్యక్రమం లక్ష్యం. సమాచారం అందించటంకాదు. అందువల్ల ఇక్కడ పాఠాలు అనేవి కేవలం ఆధ్యాత్మిక సత్యాలకు సులభ అంకురాలని చెప్పవచ్చు. ఇంకా చెప్పాలంటే ఇతరులకు విస్తృతంగా తిరిగి చెప్పేందుకు ఇవి అనువైనవి. అవి ఈ కింది ఆధ్యాత్మిక సిద్ధాంతాన్ని అనుసరిస్తాయి. అలంకారికంగా చెప్పాలంటే “పెద్ద పరిమాణంకల రొట్టె పిండిలో కొంచెం పులిసేట్లు చేసే పదార్థాన్ని కలిపితే మొత్తం పిండి అంతా పులియగలదు.” శిక్షణలో విశ్వాసులుగా రూపాంతరం చెందినవారు తమ ప్రచార స్వభావంద్వారా ఇతరులనుకూడా ప్రభువు బాటలో ఆత్మీయంగా నడిచేట్లు చేయవచ్చు.

ఈ గ్రంథంలో ఉన్న అంశాలను ఎలాంటి మార్పులు లేకుండా యథాతథంగా బోధించండి. (అయితే మీరు మీ పనిచేసే సంస్కృతి వాతావరణానికి తగినట్లుగా మలచుకోవచ్చు). కనీసం 5 పర్యాయాలు బోధించండి. మీకు శిక్షణ ఇచ్చిన బృందం మీ పక్కనే నడుస్తున్నట్లు, మార్గదర్శకత్వం వహిస్తున్నట్లు ఇలా మొదటి అయిదు పర్యాయాల బోధనలో ఊహించుకోండి. ఇతరులను ప్రభావితం చేసి వారిని అంతమైన కమాను మాదిరి మలచేందుకు దోహదంచేసే చలనశీలమైన శక్తులు (డైనమిక్స్) ఈ అభ్యుదయ శిష్యులని తయారుచేసే శిక్షణ కార్యక్రమంలలో నిబిడీకృతమై ఉన్నాయి. మీరు ఇతరులకు శిక్షణ ఇచ్చేవరకూ అవి అర్థంకావు. ఇప్పటివరకూ

బోధనాంశాలతోనే ఆగ్నేయాసియాలోను, అమెరికాలోను వేలాదిమంది విశ్వాసులకు, విశ్వాసులు కానివారికి కూడా మేం శిక్షణ ఇచ్చాం. ఇతరులు చేసిన పొరపాట్లు చేయకుండా మీరు ఈ సూచన పాటించండి. గుర్తుంచుకోండి. ఒక చురుకైన వ్యక్తి తన పొరపాట్లనుంచి పాఠం నేర్చుకుంటాడు. తెలివైన వ్యక్తి ఇతరుల తప్పిదాలనుంచి పాఠం నేర్చుకుంటాడు.

మీరు ప్రారంభించబోయేముందు “యేసు ప్రభువను అనుసరించే శిక్షణ మా వద్ద శిక్షణ తీసుకున్న వారిని ఎంతగా మార్చిందో మమ్మల్నికూడా అంతగానూ మార్చివేసిందని మేం మీతో చెప్పుకుతీరాలి. మీ విషయంలో కూడా దేవుడు అట్లే చేయుగాక. మీ జీవితాలను సుసంపన్నం చేయుగాక!

విభాగం 1

కీలకాంశాలు

యేసు వ్యూహము

యేసు వ్యూహాన్ని దేశదేశాలకూ చేరవేయడంలో అయిదు మెట్లున్నాయి: ప్రభువునందు బలంగా వర్ధిల్లడం, సువార్త పంచుకోవడం, శిష్యులను తయారుచేయడం, చర్చిలను నడిపించే కూటములు ప్రారంభించడం, నాయకులని అభివృద్ధి చేయడం. ప్రతి మెట్టూ దేనికదే అయినప్పటికీ, మిగిలిన మెట్లలో ఒక వృత్తాకార ప్రక్రియతో విస్తరిస్తాయి కూడా. ఎఫ్ జెటి సాధికార శిక్షణ పొందేవారికి సంబంధించిన ఈ బోధన సామగ్రి యేసును అనుసరించే తమ ప్రజల మధ్య చర్చి స్థాపన ఉద్యమానికి చోదకశక్తిగా ఉండాలి.

అభ్యుదయ శిష్యులకు శిక్షణ మొదటి మూడు మెట్లని చర్చిస్తుంది: ప్రభువునందు బలంగా వర్ధిల్లడం, సువార్తని పంచుకోవడం, శిష్యులను తయారుచేయడం. నేర్చుకునేవారికి రెండుమూడింతలుగా వృద్ధిచెందడంకోసం దృష్టిని

అందించడంతోపాటు ఒక చిన్న కూటమును ఎలా నడిపించాలి, ప్రార్థన, యేసు ఆదేశాలు పాటించడం, పరిశుద్ధాత్మకు సంబంధించిన శక్తిలోకి పయనించడం (ప్రభువునందు బలంగా వర్ధిల్లడం) అనే విషయాల్లో శిక్షణనిస్తారు. అప్పుడు నేర్చుకునేవారు తాము ఎక్కడ పనిచేసినా భగవంతుని ఎలా చేరాలో కనుగొంటారు: తమ నివేదనను పంచుకోవడం, సువార్తని దర్శించడం, తమ ప్రజల మధ్య విస్తృతంగా పారగడంకోసం ఇతరులతో తమ దృష్టిని పంచుకోవడం ఎలా అనేది నేర్చుకునేవారు కనుగొంటారు. (సువార్తని పంచుకోవడం). ఈ కోర్సు పూర్తిచేయడంవల్ల నేర్చుకునేవారికి శిష్యులను తయారుచేయడానికి (మూడో మెట్టు) వారిని బృందాల్లోకి నడిపించడానికి సాధనాలను అందిస్తుంది.

అభ్యుదయ శిష్యులను తయారుచేయడంకోసం ఇతరులకు శిక్షణను ఇవ్వడంపై విశ్వాసం కనబరచిన నేర్చుకునేవారు అభ్యుదయ చర్చిలు ప్రారంభించడం లేదా అభ్యుదయ నాయకులకు శిక్షణనివ్వడంలో ఏదైనా, తమ అవసరాలపై ఆధారపడి కొనసాగించవచ్చు. అభ్యుదయ చర్చిలు ప్రారంభించడమనేది కొత్త కూటములను, చర్చిను ప్రారంభించేందుకు చర్చిలకు సాధికారతకల్పించేందుకు, ఒకచర్చిని-నాలకొల్పే ఉద్యమానికి నడిపించే శిక్షణ విధానం (యేసు వ్యూహంలో నాలుగో మెట్టు). అభ్యుదయ నాయకులకు శిక్షణ నివ్వడమనేది తీవ్ర భావావేశం కలిగిన, ఆధ్యాత్మిక నాయకులను అభివృద్ధి చేసేందుకు, (యేసు వ్యూహంలో అయిదో మెట్టు), అలాగే చర్చిలు- నాలకొల్పే సంభవించదగిన లక్ష్యం దిశగా నడిపించేందుకు సృష్టించిన శిక్షణ విధానం. ఈ రెండు శిక్షణ విధానాలు యేసు పరిచర్యను, పద్ధతిని అన్వేషిస్తూ, నేర్చుకునేవారు నిపుణత పొంది, ఇతరులతో పంచుకోగలిగిన సులువైన, పునరుత్పాదన సాధనాలను అందిస్తాయి.

ఈ కింద పేర్కొన్న పరిశుద్ధ గ్రంథములోని వాక్యాలు యేసు పరిచర్యలో పైన ఉదహరించిన అయిదు మెట్లను ధ్రువీకరిస్తాయి. పేతురు, పౌలు వ్యూహాలు వారు ఇదే క్రమాన్ని అనుసరించడంద్వారా యేసును అనుకరించారన్న విషయాన్ని చెప్తాయి. యేసు శిక్షణకు మనంకూడా తదనుగుణంగా ఇదే అనుసరిస్తున్నాం.

యేసు

ప్రభువునందు బలంగా వర్ధిల్లడం

-- లూకా 2:52 -- మరియు యేసు జ్ఞానమందును, వయస్సునందును, దేవుని దయయందును, మనుష్యుల దయయందును వర్ధిల్లుచుండెను.

సువార్తని పంచుకోవడం

-- మార్క్ 1:14, 15-- యోహాను చెరపట్టబడిన తరువాత, యేసు గలిలియకు వచ్చి, . "కాలము సంపూర్ణమై యున్నది. దేవుని రాజ్యము సమీపించి యున్నది" అని ప్రకటించెను. మారు మనస్సు పొంది సువార్తను నమ్ముడి" అని చెప్పుచు దేవుని సువార్తను ప్రకటించెను. (NLT)

మార్క్ శిష్యులు

-- మార్క్ 1:16-18 -- యేసు గలిలియ సముద్రతీరమున వెళ్లుచుండగా సీమోనును, సీమోను సహోదరుడు ఆద్రెయయు, సముద్రములో వల వేయుట చూచెను; వారు జాలరులు. యేసు - «నా వెంబడి రండి. నేను మిమ్మును మనుష్యులను పట్టు జాలరులుగా చేసెద"నని వారితో చెప్పెను. వెంటనే వారు వలలు విడిచి ఆయనను వెంబడించిరి.. (CEV)

కూటములు/ చర్చిలు ప్రారంభించడం

-- మార్క్ 3:14, 15 -- అప్పుడు తనకిష్టమైనవారిని పిలువగా వారాయన యొద్దకు వచ్చిరి. వారు తనతో కూడా ఉండునట్లును, దయ్యములను వెళ్లగొట్టు అధికారముగలవారై సువార్త ప్రకటించుటకును వారిని పంపవలెనని ఆయన పండ్రెండు మందిని నియమించెను.

(NLT) (మార్కు 3:16-19, 31, 35 కూడా చూడండి)

నాయకులకు శిక్షణ ఇవ్వండి

-- మార్కు 6:7-10-- ఆయన పండ్రెండుగురు శిష్యులను తనయొద్దకు పిలిచి, వారిని ఇద్దరిద్దరుగా పంపుచు, అపవిత్రాత్మలమీద వారికధికార మిచ్చి- «ప్రయాణము కొరకు చేతికఱ్ఱను తప్ప- రొట్టెనైనను, జోలెనైనను సంచిలో సొమ్మునైనను తీసికొనకుడు. చెప్పులు తొడుగుకొనుడు. రెండంగీలు వేసుకొనవద్దు. మీరెక్కడ ఒక యింట ప్రవేశించెదరో అక్కడినుండి మీరు బయలుదేరువరకు ఆ యింటనే బసచేయండి” అని వారిని ఆదేశించెను. (మార్కు 6:11-13 కూడా చూడండి)

పేతురు

ప్రభువునందు బలంగా వర్ధిల్లడం

-- కార్యములు 1:13, 14-- వారు పట్టణములో ప్రవేశించి తాము బస చేయుచుండిన మేడగదిలోనికి ఎక్కిపోయిరి. వారెవరనగా పేతురు, యోహాను, జేమ్సు... వీరందరును, వీరితో కొందరు స్త్రీలు, యేసు తల్లియైన మరియు, యేసు సహోదరులును ఏకమనస్సుతో ఎడతెగక ప్రార్థన చేయుచుండిరి. (NLT)

సువార్తని పంచుకోవడం

-- కార్యములు 2:38, 39 -- పేతురు చెప్పెను. «మీరు మారుమనస్సు పొంది, పాపక్షమాపణ నిమిత్తము ప్రతివాడు యేసుక్రీస్తు నామమున బాప్తిస్మము పొందుడి, అప్పుడు మీరు పరిశుద్ధాత్మ అను వరము పొందుదురు” (CEV)

శిష్యులను తయారుచేయడం

-- కార్యములు 2:42-43-- వీరు అపొస్తలుల బోధ యందును, సహవాసమందును, రొట్టె విరుచుటయందును, ప్రార్థన చేయుటయందును ఎడతెగక యుండిరి. అప్పుడు ప్రతివానికిని భయము కలిగెను; మరియు అనేక మహత్కార్యములును, సూచకక్రియలును అపొస్తలుల ద్వారా జరిగెను. (NASB)

కూటములు/ చర్చిలు ప్రారంభించడం

-- కార్యములు 2.44-47-- విశ్వసించినవారందరు ఏకముగా కూడి తమకు కలిగినదంతయు సమష్టిగా ఉంచుకొనిరి; ఇదియునుకాక వారు తమ చరస్థిరాస్తులు అమ్మి, అందరికిని వారివారి అక్కర కొలది పంచిపెట్టిరి. మరియు వారేక మనస్కులై ప్రతిదినము చర్చిలో తప్పక కూడుకొనుచు, మరియు ఇంటింట రొట్టె విరుచుచు, దేవుని స్తుతించుచు, ప్రజలందరివలన దయ పొందినవారై ఆనందముతోను, నిష్కపటమైన హృదయముతోఆహారము పుచ్చుకొనుచుండిరి, మరియు ప్రభువు రక్షణ పొందుతున్నవారిని అనుదినము వారితో చేర్చుచుండెను. (NASB)

నాయకులకు శిక్షణ

-- కార్యములు 6:3, 4-- కాబట్టి, సహోదరులారా ఆత్మతోను, జ్ఞానముతోను నిండుకొని మంచి పేరు పొందిన ఏడుగురు మనుష్యులను మీలో ఏర్పరచుకొనుడి. మేము వారిని ఈ పనికి నియమింతుము. అయితే మేము ప్రార్థనయందును, వాక్య పరిచర్యయందును ఎడతెగక యుందుమని చెప్పిరి. (NLT) (కార్యములు 6:5, పాల్ 6 కూడా చూడండి)

పౌలు

ప్రభువునందు బలంగా వర్ధిల్లడం

-- *గలతీయులు 1:15-17*— అయినను తల్లిగర్భమునందు పడినది మొదలుకొని నన్ను ప్రత్యేకపరచి, తన కృపచేత నన్ను పిలిచిన దేవుడు నేను అన్యజనులలో తన కుమారుని ప్రకటింపవలెనని, ఆయనను నాయందు బయలుపరుప అనుగ్రహించినప్పుడు మనుష్యమాత్రులతో నేను సంప్రతింప లేదు. నాకంటె ముందుగా అపొస్తలులైన వారియొద్దకు యెరూషలేమునకైనను వెళ్లలేదు గాని వెంటనే అరేబియా దేశములోనికి వెళ్లితిని, పిమ్మట దమస్కు పట్టణమునకు తిరిగి వచ్చితిని.

సువార్తను పంచుకోడం

--*కార్యములు 14:21*—వారు (పౌలు, బర్నబా) ఆ పట్టణములో సువార్త ప్రకటించి, అనేకులను శిష్యులనుగా చేసికొనిరి. వారు లుస్త్రకును, ఈకొనియకును, అంతియొకును తిరిగి వచ్చిరి.

శిష్యులను తయారుచేయడం

--*కార్యములు 14:22* -- శిష్యుల మనస్సులను దృఢపరచి, విశ్వాసమందు నిలకడగా ఉండవలెనని వారిని ప్రోత్సహించిరి. "అనేక శ్రమలను అనుభవించి మనము దేవుని రాజ్యములో ప్రవేశించవలెను" అని వారు చెప్పిరి.

కూటములను/ చర్చిలను ప్రారంభించడం

--*కార్యములు 14:23* -- ప్రతి సంఘములో వారి పెద్దలను పౌలు, బర్నబా ఏర్పరచి, ఉపవాసముండి,

ప్రార్థన చేసి, వారు నమ్మిన ప్రభువునకు వారిని అప్పగించిరి.

నాయకులకు శిక్షణ

--కార్యములు 16:1 -3 --అతడు (పౌలు) దెర్బేకును, లుస్త్రకును వచ్చెను. అక్కడ తిమోతి అను ఒక శిష్యుడుండెను. అతడు విశ్వసించిన యొక యూదురాలి కుమారుడు, అతని తండ్రి గ్రీసు దేశస్తుడు. అతడు లుస్త్రలోను, ఈకొనియలోను ఉన్న ఇద్దరు సహోదరులవలన మంచి పేరు పొందినవాడు. అతడు తనతోకూడ బయలుదేరి రావలెనని పౌలు కోరెను.

చర్చి చరిత్ర

చర్చి చరిత్ర పొడవునా, ఇదే విధమైన అయిదు-మెట్ల ప్రక్రియ స్పష్టంగా వుంటుంది. అస్సిసికి చెందిన సెయింట్ బెండికెట్, సెయింట్ ఫ్రాన్సిస్, పీటర్ వాల్డో, వాల్డెన్షియన్లు, జాకబ్ స్పెనార్, పీటిస్ట్స్, జాన్ వెస్లీ, మెథడిస్ట్స్, జోనాథన్ ఎడ్వర్డ్స్, ప్యూరిటెన్స్, గిల్బర్ట్ టెనెంట్, బాప్టిస్ట్స్, డాసన్ ట్రోట్ మాన్, నేవిగేటరర్స్, బిల్లీ గ్రహం, మోడరన్ ఇవాంజిలికలిజం లేదా బిల్ బ్రైట్, క్యాంపస్ క్రూసేడ్ ఫర్ క్రీస్ట్ తదితరులు ఇదే క్రమాన్ని మళ్ళీ, మళ్ళీ అనుసరించారు.

యేసు “నా సంఘమును నేను కట్టుదును” అని మత్తయి 16:18లో చెప్పెను. ఈ క్రమం ఆయన పద్ధతి, విశ్వాసులు తమ హృదయం, ఆత్మ, మెదడు, శక్తులన్నిటితో యేసును అనుసరించే అధికారాన్ని ఎఫ్ జెటి అందిస్తోంది.

శిక్షకులకు శిక్షణ

శిక్షకులకు తిరిగి వారు చేయగలిగే మార్గంలో ఎలా శిక్షణనివ్వాలనేది ఈ విభాగం వివరంగా చెబుతుంది. మొదట, అభ్యుదయ శిష్యులకు శిక్షణ ద్వారా ఇతరులకు శిక్షణనిచ్చిన తర్వాత మీరు సహేతుకంగా ఆశించదగిన ప్రతిఫలమేమిటో మీతో మేము చెబుతాము. ఆ తర్వాత, శిక్షణ ప్రక్రియ తీరుతెన్నులను మీకోసం వివరించాలి, ఇది అత్యంత ముఖ్యమైన ఆజ్ఞ పై ఆధారపడి 1) ఆరాధన, 2) ప్రార్థన, 3) అధ్యయనం, 4) అభ్యాసంతో కూడి వుంటుంది. చివరిగా, వేలాదిమంది శిక్షకులకు శిక్షణనిచ్చేటప్పుడు, శిక్షకుల శిక్షణలో మనం కనుగొన్న కీలకమైన సూత్రాలు కొన్నిటిని మనం పంచుకోవాలి.

ఫలితాలు

అభ్యుదయ శిష్యులకు శిక్షణ పూర్తయ్యాక, అభ్యాసకులు ఇవి చేయగలుగుతారు:

- క్రీస్తు నుంచి ఇతరులకు అనేదాని ఆధారంగా పది ప్రాథమిక శిష్యరిక పాఠాలను, పునరుత్పాదకమైన ఒక శిక్షణ ప్రక్రియను ఉపయోగించి బోధించగలుగుతారు.

- యేసును అనుసరించే ఒక వ్యక్తిని కళ్ళకుకట్టే ఎనిమిది స్పష్టమైన చిత్రాలను గుర్తుచేసుకోగలుగుతారు.

- అతి ముఖ్యమైన ఆజ్ఞ ఆధారంగా సరళమైన, చిన్న-బృందం ఆరాధనను నడపగలుగుతారు.

- ఆత్మవిశ్వాసంతో ఒక శక్తివంతమైన సాక్ష్యాన్ని, సువార్త వివరణను పంచుకోగలుగుతారు.

- కార్యముల 29 మ్యాప్ ని ఉపయోగించి కోల్పోయిన, శిక్షణ పొందిన విశ్వాసులను చేరేందుకు ఒక పటిష్టమైన దృష్టిని అందించగలుగుతారు.

- ఒక శిష్యుల బృందాన్ని ప్రారంభించి (వీటిలో కొన్ని చర్చిలుగా మార్పుచెందుతాయి), ఇదే విధంగా చేసేలా ఇతరులకు శిక్షణ నివ్వగలుగుతారు.

ప్రక్రియ

ప్రతి తరగతి ఒక నమూనాను అనుసరిస్తుంది. ఆ క్రమాన్ని, అంచనా వేసిన కాలనిర్ణయ పట్టికను ఈ క్రింది జాబితాగా ఇవ్వడం జరిగింది:

స్తోత్రం

- 10 నిమిషాలు

- తరగతిని ప్రారంభించాలని ఒకరిని అడగాలి. దేవుని దీవెనకోసం ప్రార్థించాలి. బృందంలో ప్రతిఒక్కరికీ ఆదేశాలు ఇవ్వాలి.కొన్ని బృందగీతాలనులేదా పద్యాలు (మీరు తీసుకున్న అంశంపై ఆధారపడి), వాయిద్యాల ఆప్షన్ తో, పాడేందుకు నాయకత్వం తీసుకునే బాధ్యతను బృందంలోని ఒకరికి అప్పగించాలి.

ప్రార్థన

- 10 నిమిషాలు

- గతంలో భాగస్వామికాని వేరొకరితో కలిపి అభ్యాసకులను జోడీలుగా విభజించాలి. భాగస్వాములు రెండు ప్రశ్నలకు సమాధానాలను ఒకరికి ఒకరు ఇచ్చుకోవాలి:

    1. మీకు తెలిసి రక్షించాల్సిన వుండిన, పోగొట్టుకున్న వ్యక్తులకోసం మనం ఎలా ప్రార్థించాలి?

2. మీరు శిక్షణలో వున్న బృందంకోసం మనం ఎలా ప్రార్థించాలి?

- మీ అభ్యాసకుడు ఒక బృందాన్ని ప్రారంభించకుంటే, శిక్షణనివ్వగలిగే అవకాశంగల స్నేహితులు, కుటుంబపు జాబితాను వారితో కలిసి భాగస్వామి అభివృద్ధి చేయాలి. తర్వాత తమ జాబితాలోని వ్యక్తులకోసం అభ్యాసకునితో కలిసి ప్రార్థన చేయాలి.

అధ్యయనం

యేసు అనుసరించే శిక్షణ విధానం ఈ క్రింది ప్రక్రియను వినియోగిస్తుంది: కీర్తన, ప్రార్థన, అధ్యయనం, అభ్యాసం. ఈ ప్రక్రియ పేజీ 33లో ప్రారంభమై వివరించిన నిరాడంబర ఆరాధన నమూనాపై ఆధారపడి వుంటుంది. ఎఫ్జేటీ (FJT) చిన్నపుస్తకంలోని పది పాఠాలకోసం, 'అధ్యయన' తరగతిని ఈ క్రింద వివరించడం జరిగింది.

- 30 నిమిషాలు

- ప్రతి అధ్యయన తరగతి "సమీక్ష"తో ప్రారంభమవుతుంది. ఇది యేసుకు చెందిన ఎనిమిది చిత్రాలు, అప్పటివరకూ నేర్చుకున్న పాఠాల్లో నైపుణ్యాలపై ఒక సమీక్ష. శిక్షణ ముగిసేసరికి, మొత్తం శిక్షణను తమ జ్ఞాపకం నుంచి అభ్యాసకులు తిరిగి వల్లించగలుగుతారు.

- "సమీక్ష" తర్వాత, శిక్షకుడు లేదా శిక్షణలోవున్న వ్యక్తి అభ్యాసకులకు ప్రస్తుత పాఠంతో శిక్షణనిచ్చి, వారు ఆ తర్వాత ఒకరికొకరు శిక్షణనివ్వాలి కనుక అభ్యాసకులు జాగ్రత్తగా వినాలని గట్టిగా చెప్పాలి.

- శిక్షకులు పాఠాన్ని చెప్పినప్పుడు వారు ఈ క్రమాన్ని ఉపయోగించాలి:

1. ప్రశ్న అడగాలి.

2. గ్రంథాన్ని చదవాలి.

3. ప్రశ్నకు సమాధానమిచ్చేలా అభ్యాసకులను ప్రోత్సహించాలి.

అధ్యాపకుని మాటను కాకుండా, జీవితానికి దేవుని మాటే ఆధిపత్యంగా ఈ ప్రక్రియ స్థిరపరుస్తుంది. తరచుగా, అధ్యాపకులు ఒక ప్రశ్న అడిగి, జవాబిచ్చి, ఆ తర్వాత వారి సమాధానానికి మద్దతుగా పవిత్ర గ్రంథ వాక్యాలని ఉల్లేఖిస్తారు. ఈ క్రమం దేవుని వాక్యాన్ని కాకుండా బోధకులనే ఆధిపత్యంలో నిలబెడుతుంది.

- నేర్చుకునేవారు జవాబును తప్పు చెప్పినట్టయితే, వారిని సరిచేయవద్దు. పాల్గొనేవారిని గ్రంథంలోని పంక్తిని గట్టిగా చదవమని కోరి, మళ్ళీ జవాబు చెప్పమనాలి.

- ప్రతి పాఠం ఒక జ్ఞాపక వాక్యంతో ముగుస్తుంది. శిక్షకులు, అభ్యాసకులు కలిసి నిలబడి, జ్ఞాపకవాక్యాన్ని పదిసార్లు చెప్పాలి; మొదట వాక్యాన్ని చదివి, వాక్యంతో కొనసాగించాలని చెప్పాలి. వారు జ్ఞాపకవాక్యం చదివేటప్పుడు నేర్చుకునేవారు తమ బైబిళ్ళను లేదా విద్యార్థి గైడ్లను మొదటి ఆరుసార్లు ఉపయోగించవచ్చు. చివరి నాలుగుసార్లు మాత్రం, తమ హృదయాల్లోంచి జ్ఞాపకవాక్యాన్ని బృందాలు చెప్పాలి. మొత్తం బృందమంతా జ్ఞాపకవాక్యాన్ని పదిసార్లు చెప్పి, ఆ తర్వాత కూర్చోవాలి.

అభ్యాసం

- 30 నిమిషాలు

- మొదట, "ప్రార్థన" విభాగం కోసం అభ్యాసకులను శిక్షకులు విభజించాలి. వారి ప్రార్థనా భాగస్వామే అభ్యాస భాగస్వామి కూడా.

- జోడీలో ఎవరు "నాయకుడు" కానున్నారో ఎంచుకునే ఒక పద్ధతి ప్రతి పాఠంలో వుంటుంది. నాయకుడు మొదట

బోధించే వ్యక్తి. బృందంలోని జోడీలోంచి నాయకుడిని ఎంచుకునే పద్ధతిని శిక్షకుడు ప్రకటించాలి.

- శిక్షకులను అనుసరిస్తూ, నాయకుడు తన భాగస్వామికి శిక్షణనివ్వాలి. శిక్షణ సమయంలో సమీక్ష, కొత్తపాఠం కలిసివుండాలి. జ్ఞాపకపద్యంతో పూర్తికావాలి. “జ్ఞాపకవాక్యం” చెప్పేందుకు అభ్యాసకులు నిలబడాలి. అది పూర్తయ్యాక కూర్చోవాలి. దీనివల్ల ఏ అభ్యాసకులు పూర్తిచేశారో శిక్షకులు చూడగలరు.

- జోడీలో మొదటి వ్యక్తి పూర్తిచేసినప్పుడు, రెండో వ్యక్తి ఈ ప్రక్రియను తిరిగి చేయాలి, దీనివల్ల వారు అభ్యాస శిక్షణను బాగా చేయగలరు. ప్రక్రియను జోడీలు దాటవేయడంకాని, అడ్డదారులు తీసుకోవడంకాని చేయకుండా చూడాలి.

- వారు అభ్యాసం చేసేటప్పుడు మిమ్మల్ని వారు ఖచ్చితంగా అనుసరించేలా చేసేందుకు గది చుట్టూ నడవాలి. చేతి కదలికలను చేయడంలో వారు విఫలమవడం ఒక దారుణ వైఫల్యం, వారు మిమ్మల్ని అనుకరించకపోవడం. మీ శైలిని వారు అనుకరించాల్సిందిగా పదేపదే గట్టిగా చెప్పాలి.

- వారు ఒక కొత్త భాగస్వామిని కనుగొని, మళ్ళీ వంతులవారీగా అభ్యాసం చేసేలా చూడాలి.

ముగింపు

- 20 నిమిషాలు

- చాలా తరగతులు ఒక ఆచరణీయమైన కార్యక్రమ అభ్యాస చర్యతో పూర్తవుతాయి. వారి కార్యముల 20 మ్యాప్లతో పనిచేసేందుకు అభ్యాసకులకు ఎక్కువ సమయమివ్వాలి, చుట్టూ తిరిగేలా, తమ పనిలో ఇతరులనుంచి ఉపాయాలను తీసుకునేలా వారిని ప్రోత్సహించాలి.

- ఏవైనా అవసరమైన ప్రకటనలు చేయాలి. ఆ తర్వాత తరగతిపై ఒక దీవెనకోసం ప్రార్థించాల్సిందిగా

ఎవరినైనా అడగాలి. అంతకుముందు ప్రార్థన చేయని వారిని ప్రార్థించాలని అడగాలి- శిక్షణ చివరికల్లా, ప్రతిఒక్కరూ కనీసం ఒక్కసారైనా ప్రార్థనచేసి వుండాలి.

సూత్రాలు

గత పదేళ్ళుగా వేలాదిమంది ప్రజలకు అందించిన శిక్షణ మధ్య మేము ఈ క్రింది సూత్రాలను కనుగొన్నాం. మా అనుభవంలో, సూత్రాలు సాంస్కృతికంగా నిర్దిష్టమైనవి కావు; అవి ఆసియా, అమెరికా, ఆఫ్రికాల్లో (ఇప్పటికైతే, ఐరోపా గురించి మాకు తెలియదు!) అవి పనిచేయడం మేము చూశాం.

- ఐదు నియమం- మరో వ్యక్తికి శిక్షణనిచ్చేందుకు అవసరమైన ఆత్మవిశ్వాసాన్ని తాము పొందేముందు అభ్యాసకులు ఒక పాఠాన్ని తప్పనిసరిగా అయిదుసార్లు అభ్యాసం చేయాలి. ఒక పాఠాన్ని అభ్యాసం చేయడమనేది వేరొకరు ఆ పాఠాన్ని అభ్యాసం చేస్తున్నప్పుడు వినడం లేదా తమంతట తాముగా అభ్యాసం చేయడాల్లోని ఒకదానితో కలిసి వుంటుంది. ఈ కారణంగా, అభ్యాస సమయాన్ని రెండింతలు చేయాలని మేము సిఫారసు చేస్తున్నాం. అభ్యాసకులు తమ ప్రార్థనా భాగస్వామితో ఒకసారి అభ్యాసం చేయాలి, తర్వాత మరో భాగస్వామితో కలిసి చేయాలి, తర్వాత పాఠాన్ని మళ్ళీ చేయాలి.

- ఎక్కువకన్నా తక్కువే ఉత్తమం- చాలామంది అభ్యాసకులు తమ విధేయతా స్థాయికి మించిన విద్యావంతులు. వారు అంగీకరించే దానికన్నా ఎక్కువ సమాచారాన్ని అభ్యాసకులకు ఇవ్వడమనేది శిక్షకులమధ్య వుండే ఒక సాధారణమైన పొరపాటు ఈ తరహా శిక్షణ దీర్ఘకాలంలో అభ్యాసకులకు ఎక్కువ విజ్ఞానాన్ని, తక్కువ ఆచరణీయతను మిగుల్చుతుంది. అభ్యాసకులు తమతో తీసుకు వెళ్ళగలిగే, అనుసరించగలిగే "బ్యాక్-ప్యాక్"ని ఇచ్చేందుకు మన ఎల్లప్పుడూ ప్రయత్నించాలి, ఒక "క్రేట్"ని కాదు.

- వేర్వేరు అభ్యాసకులు వేర్వేరు రీతుల్లో నేర్చుకుంటారు- వ్యక్తులు మూడు భిన్నమైన

తరహాల్లో నేర్చుకుంటారు: శ్రవణ సహిత, దృశ్యాలు, శరీరం కదలికలను గమనించడం. శిక్షణ అత్యంత పునరుత్పాదకంగా వుండేందుకు, ప్రతి పాఠం నేర్పించడంలో ఈ మూడు తరహాలకు తప్పనిసరిగా ప్రమేయం వుండాలి. అయితే, శిక్షణ చాలామట్టుకు ఎక్కువగా ఒకటి లేదా రెండు తరహాలపై ఆధారపడివుంటుంది. మొత్తం వ్యక్తుల బృందంలో మార్పును చూడడం మన లక్ష్యం. మన శిక్షణ విధానం ఇచ్చే ఫలితం ఏ ఒక్కదాన్నీ మినహాయించకుండా, నేర్చుకునే మొత్తం మూడు తరహాలను జతచేయడం.

- ప్రక్రియ, అంశాలు ప్రధానం- సమాచారం అందించే మార్గంకన్నా పరిణామయుతమైన మార్గంలో వ్యక్తులకు బోధించేలా మనకు అధికారమిచ్చే అనేక అనేక పురోగమనాలను వయోజన విద్యలో పరిశోధకులు కనుగొన్నారు. ఉదాహరణకు, తరచూ ఉపయోగించే “అధ్యాపక నమూనా” అత్యధికులైన విద్యార్థుల కోసం మంచి విధానం కాదని మనకు తెలుసు. విచారకర మేమిటంటే, విదేశాల్లో ఇప్పటికీ అదే నమూనాల్లో చాలా శిక్షణలు జరుగుతున్నాయి. అనుసరించే యేసు శిక్షణ విధానంలో మేము పునరుత్పాదకతపైన- వాటిని పునరుత్పత్తి చేసేందుకు తదుపరి తరం సామర్థ్యంపై మన పాఠాలను మదింపు చేయడంపై మేము దృష్టి కేంద్రీకరించాం.

- సమీక్ష, సమీక్ష, సమీక్ష- జ్ఞాపకం పెట్టుకునేందుకు తరచూ ఉపయోగించే మరో పదబంధం ఏమిటంటే “ఏదైనా హృదయంతో నేర్చుకోవాలి.” మన శిక్షణ విధానమంతా ప్రజల హృదయ పరివర్తనను చూసేందుకు సంబంధించినది. దీని ఫలితం, ప్రతి విద్యార్థి మొత్తం శిక్షణ కోర్సును జ్ఞాపకాలనుంచిప్రతివిద్యార్థితిరిగిచెప్పాలనేది మన లక్ష్యాల్లో ఒకటి. ప్రతి అధ్యయన సమయం ప్రారంభంలో వుండే “సమీక్ష” విభాగం దీన్ని చేసేందుకు అభ్యాసకులకు తోడ్పడుతుంది. సమీక్షను దయచేసి మానేయకండి. న అనుభవాల్లో, చివరికి మూడో శ్రేణి స్థాయిలో విద్యావంతులైన ఆగ్నేయాసియాలోని ధాన్యం రైతులు సైతం అభ్యుదయ శిష్యులకు శిక్షణలోని మొత్తం అంశాలను తమ చేతి కదలికలను ఉపయోగించి తిరిగి చూపుతారు.

- పాఠాన్ని నిర్మించడం-మనం ఇతరులకు శిక్షణ ఇచ్చేటప్పుడు, అభ్యాసకుల్లో జ్ఞాపకం, ఆత్మవిశ్వాసం పెరిగేందుకు సాధనంగా మనం పాఠాన్ని "నిర్మించాలి". ఉదాహరణకు, మనం మొదటి ప్రశ్న అడిగి, గ్రంథం చదివి, జవాబు ఇచ్చి, చేతి కదలికను చూపాలి. అప్పుడు, మనం రెండో ప్రశ్న చదివి, ఇదే ప్రక్రియను అనుసరించాలి. మూడో ప్రశ్నకు మనం వెళ్ళేముందు, అదే విధంగా, మనం ప్రశ్నను, జవాబును, ప్రశ్నలకోసం చేతి కదలికలను సమీక్షించాలి. అప్పుడు, మనం మూడో ప్రశ్నకు వెళ్ళాలి. పాఠం పొడవునా ఇదే మళ్ళీమళ్ళీ చేసే నమూనాను మనం అనుసరించాలి, ప్రతి కొత్త ప్రశ్నతో పాఠాన్ని "నిర్మించాలి". ఇది అభ్యాసకులు మొత్తం పాఠం దాని సారాంశంలో అర్థంచేసుకునేందుకు, ఉత్తమంగా దాన్ని గుర్తుంచుకునేందుకు తోడ్పడుతుంది.

- ఉదాహరణగా వుండండి- వ్యక్తులు తమకు నమూనాగా దేన్ని చూస్తారో దాన్ని చేస్తారు. శిక్షణ అనేది సామగ్రిని మనకోసం ఉపయోగించుకోవడం, ఇతరులకు సమాచారాన్ని బోధించడం మాత్రమే కాదు. మన సొంత జీవితంలో దేవుడు ఎలా పనిచేస్తారనేదానిపై తాజా కథలు మనం శిక్షణనిస్తున్నవారికి స్ఫూర్తికలిగిస్తాయి. శిక్షణ అనేది ఒక వృత్తికాదు; అది ఒక జీవనశైలి. ఈ వైఖరిని అనుసరించే వ్యక్తుల బృందంలోని విశ్వాసుల సంఖ్య చర్చిల-ఏర్పాటు ఉద్యమాలపై ప్రత్యక్షమైన నిష్పత్తి కలిగివుంటుంది.

నిరాడంబర ఆరాధన

యేసును అనుసరించే శిక్షణలో నిరాడంబర ఆరాధన ఒక ముఖ్యమైన అంశం- శిష్యులను తయారుచేయడానికి కావలసిన కీలకమైన నైపుణ్యాల్లో ఒకటి. అతి గొప్పదైన ఆజ్ఞపై ఆధారపడి, పూర్తిగా తమ హృదయంతో, పూర్తిగా తమ ఆత్మతో, పూర్తిగా తమ బుద్ధితో, తమ పూర్తి శక్తితో దేవుని ప్రేమించేందుకు ఆజ్ఞకు ఎలా లోబడి వుండాలనేది ప్రజలకు నిరాడంబరమైన ఆరాధన బోధిస్తుంది.

మనం మన పూర్తి హృదయంతో దేవుని ప్రేమిస్తాం, కనుక మనం ఆయనను కీర్తిస్తాం. మనం మన దేవుని మన పూర్తి ఆత్మతో ప్రేమిస్తాం, కనుక ఆయనను ప్రార్థిస్తాం. మనం మన పూర్తి బుద్ధితో దేవుని ప్రేమిస్తాం, కనుక మనం బైబిల్ను అధ్యయనం చేస్తాం. చివరిగా, మనం మన పూర్తి శక్తితో దేవుని ప్రేమిస్తాం, కనుక మనం ఏదైతే నేర్చుకున్నామో దాన్ని ఇతరులతో పంచుకోవడాన్ని అభ్యాసం చేస్తాం.

ఆగ్నేయాసియా అంతటా – ఇళ్ళలో, రెస్టారెంట్లలో, పార్కులలో, ఆదివారం బడిలో, చివరికి పగోడాలో- ఇలా తాము ఎక్కడున్నా నిరాడంబరమైన ఆరాధనను కలిగివున్న చిన్న బృందాలను దేవుడు ఆశీర్వదించాడు!

కార్యక్రమం

- ఒక నిరాడంబరమైన ఆరాధనని పూర్తిచేసేందుకు నలుగురితో కూడిన ఒక బృందానికి సుమారుగా ఇరవై నిమిషాలు పడుతుంది.

- ఒక సమావేశం ఏర్పాటులో, రోజు ప్రారంభంలో/ లేదా మధ్యాహ్న భోజనం తర్వాత మనం నిరాడంబర ఆరాధన చేయాలి.

- మొదటిసారి మీరు నిరాడంబరమైన ఆరాధన చేసినప్పుడు, బృందానికి దాన్ని నమూనాగా చూపాలి: ప్రతి భాగాన్ని ఎలా చేయాలనేది వివరించేందుకు సమయం తీసుకోవాలి.

- నిరాడంబరమైన ఆరాధన ఎలా చేయాలనేది నమూనాగా చూపిన తర్వాత, శిక్షణనిచ్చేందుకు ఒక భాగస్వామిని ఎంచుకోవాలని ప్రతి వ్యక్తిని అడగాలి. సాధారణంగా, అభ్యాసకులు ఒక స్నేహితుడిని ఎంచుకుంటారు. ప్రతిఒక్కరూ తమ భాగస్వామిని గుర్తించాక, ప్రతి జోడీని మరొక జోడీతో చేరమని చెప్పి- ప్రతి బృందానికి నలుగురు వ్యక్తులను ఇవ్వాలి.

- తమ సొంత “పేరు”తో ముందుకు రావాలని బృందాలను కోరి, అలా చేసేందుకు వారికి కొన్ని నిమిషాల సమయం ఇవ్వాలి; ఆ తర్వాత గది చుట్టూ తిరిగి, వారి పేర్లేమిటో ప్రతి బృందాన్ని అడగాలి. మిగిలిన శిక్షణ అంతటా ఆ పేరుతోనే బృందాలను ప్రస్తావించేందుకు ప్రయత్నించాలి.

- ఒక వారపు నమూనాలో, మనం మొదట నిరాడంబరమైన ఆరాధనను బోధించవచ్చు. తర్వాతి రెండు తరగతుల్లో మనం దాన్ని మళ్ళీ దర్శించి, అభ్యాసం చేయాలి.

ప్రక్రియ

- నలుగురు చొప్పున బృందాలను విభజించాలి.

- ప్రతి వ్యక్తి నిరాడంబర ఆరాధనలో ఒక భాగాన్ని నిర్వహించాలి.

- నిరాడంబరమైన ఆరాధనను మీరు అభ్యాసం చేస్తున్న ప్రతిసారీ, తాము నిరాడంబరమైన ఆరాధనలో ఏ భాగాన్ని నడిపిస్తున్నారో దానిలో అభ్యాసకులు మారుతూండాలి, దీనివల్ల శిక్షణ పూర్తయ్యే సమయానికి ప్రతి భాగాన్ని వారు కనీసం రెండుసార్లు చేయగలుగుతారు.

స్తోత్రం

- పాడడంలో ఒక వ్యక్తి రెండు కీర్తనలు లేదా పద్యాలతో బృందానికి నాయకత్వం వహించాలి (మీ అంశంపై ఆధారపడి).

- పరికరాలు అవసరంలేదు.

- శిక్షణ తరగతిలో, తాము ఒక కోఫ్ టేబుల్ వద్ద కలిసి కూర్చున్న మాదిరిగా తమ కుర్చీలను పేర్చుకోవాలని అభ్యాసకులను అడగండి.

- ప్రతి బృందం వేర్వేరు పాటలను పాడాలి, అది మంచిది.

- ఒక బృందంగా తమ పూర్తి హృదయంతో దేవుని కీర్తించేందుకు ఇదే సమయమని బృందానికి వివరించండి, ఏ బృందం బిగ్గరగా పాడుతోందనేది చూడవద్దు.

ప్రార్థన

- మరో వ్యక్తి (స్తోత్రమునకు నాయకత్వం వహిస్తున్న వ్యక్తికాకుండా వేరొకరు) ప్రార్థనా సమయంలో బృందాన్ని నడిపించాలి.

- ఒక ప్రార్థనా విజ్ఞాపనకోసం బృందంలోని ప్రతి సభ్యుడిని ప్రార్థనా నాయకుడు అడిగి, దాన్ని రాసుకోవాలి.

- మళ్ళీ బృందం సమావేశమయ్యేవరకూ ఈ అంశాల ప్రార్థనకో ప్రార్థనా నాయకుడు కట్టుబడివుండాలి.

- ప్రతి వ్యక్తి తన ప్రార్థనా విజ్ఞాపనను పంచుకున్నాక, బృందంకోసం ప్రార్థనా నాయకుడు ప్రార్థించాలి.

అధ్యయనం

- నలుగురితో కూడిన బృందంలోని మరో వ్యక్తి బృంద అధ్యయన సమయాన్ని నడిపించాలి.

- అధ్యయన నాయకులు బైబిల్ నుంచి ఒక కథను అతని లేదా ఆమె సొంత మాటల్లో చెప్పాలి; కనీసం ప్రారంభంలోనైనా, సువార్తలనుంచి కథలు తీసుకోవాలని మేము సూచిస్తున్నాం.

- బృందంపై ఆధారపడి, మొదట బైబిల్ కథ చదవాలని, ఆ తర్వాత వాటిని తమ సొంత మాటల్లో చెప్పాలని అధ్యయన నాయకులను మీరు కోరవచ్చు.

- బైబిల్ కథను అధ్యయన నాయకుడు చెప్పిన తర్వాత, వారు తమ బృందాన్ని మూడు ప్రశ్నలు అడగాలి:

    1. దేవుని గురించి ఈ కథ మనకు బోధించినదేమిటి?

    2. ప్రజల గురించి ఈ కథ మనకు బోధించినదేమిటి?

    3. యేసును అనుసరించేందుకు సాయపడగలిగేలా ఈ కథలో మీరు నేర్చుకున్నదేమిటి?

- ప్రతి ప్రశ్నను బృందం కలిసి చర్చించాలి, చర్చ తగ్గుముఖం పట్టిందని అధ్యయన నాయకుడు భావించాక; నాయకుడు తదుపరి ప్రశ్నకు వెళ్లాలి.

సాధన

- నలుగురువున్న బృందంలోని మరో వ్యక్తి అభ్యాస సమయంలో బృందాన్ని నడిపించాలి.

- పాఠాన్ని బృందం మళ్ళీ సమీక్షించేందుకు అభ్యాస నాయకుడు సాయపడి, ప్రతి ఒక్కరూ పాఠాన్ని అర్థం చేసుకునేలా, దాన్ని ఇతరులకు బోధించగలిగేలా చూడాలి.

- అభ్యాస నాయకుడు చెప్పిన బైబిల్ కథనే అధ్యయన నాయకుడు చెప్పాలి.

- అధ్యయన నాయకుడు అడిగిన ప్రశ్నలనే అభ్యాస నాయకుడు అడగాలి, ప్రతి ప్రశ్ననూ మళ్ళీ బృందం చర్చించాలి.

ముగింపు

- మరో కీర్తనను పాడడం లేదా దేవుని ప్రార్థనను కలిసి చెప్పడంద్వారా ఆరాధనా సమయాన్ని నిరాడంబరమైన ఆరాధనా బృందం ముగించాలి.

గుర్తుంచుకోవల్సిన కీలక సూత్రాలు

- నిరాడంబర ఆరాధనలో నలుగురితో కూడిన బృందాలు ఉత్తమంగా పనిచేస్తాయి. ఒకవేళ అయిదుగురితో మీరు తప్పక బృందం చేయాల్సివస్తే, ఒక్కదాన్నే ఏర్పాటు చేయండి. ఆరుగురున్న ఒక బృందంకన్నా ముగ్గురేసి వ్యక్తులున్న రెండు బృందాలు ఉత్తమం.

- ప్రతి వ్యక్తి – కీర్తన, ప్రార్థన, అధ్యయనం లేదా అభ్యాసం- అనే నాలుగు భాగాలలో ఒకదాన్ని తన వంతుగా అభ్యాసం చేయడం నిరాడంబర ఆరాధనలోని తిరిగి చేయగలిగే కీలకమైనవాటిలో ఒకటి. కొత్త నైపుణ్యాలు నేర్చుకునేలా వ్యక్తులకు నలుగురితో కూడిన బృందాలు సహకరిస్తాయి, ఒక పెద్ద బృందంలాగా బెదిరించేలా ఉండవు.

- తమ హృదయభాషలో ఆరాధించేందుకు బృందాలను ప్రోత్సహించాలి. బృందంలో గాయకులు లేనట్టయితే (ఇది సంభవించినట్టయితే), ఒక కీర్తనను కలిసి గట్టిగా చదవమని బృందానికి సూచించడంద్వారా సాయపడండి.

- ఒక అభ్యాస తరగతిద్వారా బృందాన్ని తీసుకునేందుకు ప్రతి వ్యక్తి అభ్యాసం చేసేందుకు తగిన సమయం పొందేలా తప్పకచూడండి. శిక్షణసమయంలో జవాబుదారీతనం నిరాడంబరమైన ఆరాధనా బృందాల పునరుత్పాదనకు దోహదపడుతుంది. అభ్యాస విభాగం లేకుంటే, ఆ సమయం కాస్తా కేవలం బైబిల్ అధ్యయన బృందంగా మారిపోతుంది. నిజంగా మీరు కోరుకుంటోంది అదేనా?

- మీరు గమనించినట్టయితే, నిరాడంబరమైన ఆరాధన నమూనా పది ఎఫ్‌జాటి (FJT) తరగతుల్లో ఉపయోగించిన అదే ప్రక్రియ: కీర్తన, ప్రార్థన, అధ్యయనం, అభ్యాసం. “అధ్యయన” విభాగంలోని అంశాలే ప్రధానమైన తేడా. ఎఫ్‌జాటి (FJT) చివరికల్లా, నిరాడంబరమైన ఆరాధన నమూనాను అభ్యాసకులు అనేకసార్లు అభ్యాసం చేయాలి. వారు ఒక బృందానికి నాయకత్వం వహించి, నిరాడంబరమైన ఆరాధనను కలిసి చేయగలిగేలా ఇతరులకు శిక్షణనివ్వగలగాలన్నదే మన ప్రార్థన.

విభాగం 2

శిక్షణ

1

స్వాగతం

శిక్షకులు, నేర్చుకునేవారు పరిచయం చేసుకోవడంద్వారా శిక్షణ తరగతులను లేదా సదస్సును స్వాగతంతో ప్రారంభించాలి. ఇక్కడ పేర్కొన్న విధంగా యేసుకు చెందిన ఎనిమిది బొమ్మలను - సైనికుడు, అన్వేషకుడు, గొర్రెల కాపరి, విత్తులు నాటేవాడు, కుమారుడు, పరిశుద్ధుడైన వ్యక్తి, సేవకుడు, కార్యదక్షుడు. – వాటికి సరిపోయే చేతికదలికలను జతచేసి నేర్చుకునేవారికి శిక్షకులు పరిచయం చేయాలి. ఎందుకంటే వ్యక్తులు వినడం. చూడడం, చేయడంద్వారా నేర్చుకుంటారు. కాబట్టి యేసును అనుసరించే శిక్షణ ప్రతి తరగతిలోను ఈ నేర్చుకునే శైలులల్లో ప్రతి ఒక్కదానితో కలిసి వుంటుంది.

పరిశుద్ధాత్మ మన అధ్యాపకుడని పరిశుద్ధ గ్రంథం చెప్పింది. శిక్షణపొడవునా ఆత్మపై ఆధారపడి నేర్చుకునేవారు ప్రోత్సాహం పొందుతారు. శిక్షకులకు, నేర్చుకునేవారికి మధ్య అత్యంత విశ్రాంతితో కూడిన వాతావరణాన్ని కల్పించేందుకు, యేసుతో శిక్షకులు ఆనందించే ఒక విధమైన ఏర్పాటు కింద ఒక “టీ దుకాణం” ఏర్పాటు చేయడంద్వారా కార్యక్రమాన్ని ముగించాలి.

స్తుతించడం

- దేవుని ఉనికి, దీవెనలకోసం ప్రార్థించాల్సిందిగా ఒకరిని అడగాలి.
- రెండు బృందగీతాలను, కీర్తనలను కలిసి పాడాలి.

ప్రారంభం

శిక్షకులని పరిచయం చేయడం

శిక్షణా కార్యక్రమం ప్రారంభంలో శిక్షకులు, నేర్చుకునేవారు ఒక వృత్తాకారంలో వుండాలి. బల్లలను ఏర్పాటుచేసినట్టయితే, వాటిని ముందరే తొలగించాలి.

- అభ్యాసకులు ఎలా పరిచయం చేసుకోవాలో శిక్షకులు నమూనాగా చూపాలి.

- శిక్షకులు, శిక్షణ పొందేవారు (అనుబంధంలోని "సి" విభాగం శిక్షణ పొందేవారి పాత్రను వివరిస్తుంది) పరస్పరం పరిచయం చేసుకోవాలి. వారు ఇతర వ్యక్తి పేరును, తమ కుటుంబానికి, సాంస్కృతిక బృందానికి (ఒకవేళ అవసరమైతే) సంబంధించిన సమాచారాన్ని, నాలరోజులుగా దేవుడు వారిని ఆశీర్వదించిన రీతిని పంచుకోవాలి.

అభ్యాసకుల పరిచయం

- అభ్యాసకులని జోడీలుగా విడగొట్టండి

  నేర్చుకునేవారిని జోడీలుగా విభజించాలి. "నా శిక్షణార్థి, నేను చేసిన మాదిరిగానే ఇప్పుడు పరస్పరం పరిచయం చేసుకోవాలి" అని వారికి చెప్పాలి.

- వారు తమ భాగస్వామి పేరును, కుటుంబం, సాంస్కృతిక బృందానికి సంబంధించిన సమాచారాన్ని, గతనాలలో వారిని దేవుడు ఆశీర్వదించిన రీతిని తెలుసుకోవాలి. ఈ సమాచారాన్ని వారు తమ విద్యార్థి నోట్ పుస్తకంలో రాసుకున్నట్టయితే, వారు దాన్ని మరచిపోకుండా వుండేందుకు సాయపడవచ్చు.

- అయిదు నిమిషాల తర్వాత, మీరు మీ భాగస్వామిని వారికి పరిచయం చేసిన మాదిరిగానే కనీసం మరో అయిదుగురు భాగస్వాములతో తమనుతాము పరిచయం చేసుకోవాల్సిందిగా అభ్యాసకుల జోడీలను అడగాలి.

యేసు పరిచయం

"మేము మమ్మల్ని మీకు పరిచయం చేసుకున్నాం. మీరు ఒకరితో ఒకరు పరిచయం చేసుకున్నారు. ఇప్పుడు, మనం మిమ్మల్ని యేసుకు పరిచయం చేద్దాం. పరిశుద్ధ గ్రంథంలో యేసుకు సంబంధించిన అనేక చిత్రాలున్నాయి. కాని, మనం ముఖ్యమైన ఎనిమిదింటిమీద ప్రత్యేకంగా దృష్టి పెడుతున్నాం."

పరిశుద్ధ గ్రంథంలోగల యేసుకు చెందిన ఎనిమిది చిత్రాలు

- తెల్లరంగు బోర్డుమీద ఒక వృత్తాన్ని గీసి, యేసు బొమ్మల జాబితా రాయాలి. వారు వాటిని సులువుగా గుర్తుంచుకుని చెప్పగలిగేంత వరకూ వాటిని అనేకసార్లు-అదే క్రమంలో విద్యార్థులు మళ్ళీ మళ్ళీ వల్లించాలి.

"యేసు ఒక సైనికుడు, వెతికేవాడు, గొర్రెలకాపరి, విత్తనాలు నాటేవాడు, కుమారుడు, పరిశుద్ధుడైన వ్యక్తి, సేవకుడు, కార్యదక్షుడు"

✋ సైనికుడు
కత్తి పైకెత్తాలి.

✋అన్వేషకుడు
కళ్ళకుపైన చేతులు ఉంచి వెనక్కు, ముందుకు చూడాలి.

✋గొర్రెల కాపరి
మీరు ప్రజలను దగ్గరకి తీసుకుంటున్నట్టు మీ
శరీరంవైపుకి చేతులను కదపాలి.

✋విత్తులు నాటేవాడు
చేతుల్తో విత్తనాలు నాటాలి.

✋కుమారుడు
మీరు తింటున్నట్టుగా మీ చేతులను నోటివైపు కదపాలి.

✋పరిశుద్ధుడైన వ్యక్తి
శాస్త్రీయమైన "ప్రార్థిస్తున్న చేతులు"
భంగిమలో చేతులు ఉంచాలి.

"యేసు పవిత్రుడు; మనం సన్యాసులుగా పిలపడుతున్నవారం"

✋సేవకుడు
సుత్తితో కొడుతున్నట్టు చూపాలి.

✋కార్యదక్షుడు
చొక్కా జేబులోంచి లేదా పర్సులోంచి డబ్బు తీయాలి.

"ఒక చిత్రం వెయ్యి మాటల విలువ కలిగివుంటుంది. యేసు "తో" నడవడంలో మీకు లోతైన అంతర్ దృష్టిని ఈ పరిశుద్ధ గ్రంథం చిత్రాలు ఇస్తాయి. ఒక చిత్రం మనకు స్పష్టమైన దృష్టిని, యేసు ఎప్పుడు ఎలా పనిచేశారనేది గుర్తించే సామర్థ్యాన్ని అందిస్తాయి"

“ఒక తండ్రి వార్తాపత్రిక చదువుతున్నప్పుడు, అతని చిన్న కుమారుడు అతనికి అంతరాయం కలిగిస్తూంటాడు, ఆడుకోవాలనకుంటాడు. అనేక అంతరాయాల తర్వాత, వార్తాపత్రికలోని ఒక పేజీని ముక్కలుగా కత్తిరించి, ఒక పజిల్ ని తండ్రి తయారు చేస్తాడు. ఆ ముక్కలు తీసుకొని, వాటిని సరైన క్రమంలో అంటించాలని కొడుక్కి చెబుతాడు. అప్పుడు వాటితో అతను ఆడుకోగలడు.

“దీనికి కుమారుడు ఎక్కువ సమయం, తన వార్తాపత్రికలో మిగిలినదాన్ని చదివేందుకు సరిపోయేటంత సమయం తీసుకుంటాడని తండ్రి విశ్వసిస్తాడు. బదులుగా, పది నిమిషాల్లో “పజిల్” పూర్తిచేసి కుమారుడు తిరిగి వస్తాడు. ఇంత వేగంగా ఎలా చేయగలిగావని తండ్రి అడిగితే, కుమారుడు ఇలా జవాబిస్తాడు, “ఇది చాలా సులభం. వెనక ఒక బొమ్మ వుంది. ఆ బొమ్మను నేను కలిపాను, దీనితో వెనకపక్కమున్న అక్షరాలన్నీ పక్కపక్కకి వచ్చాయి”

“యేసుకి సంబంధించిన ఈ ఎనిమిది బొమ్మలూ యేసుతో మీరు నడిచినట్టు ఒక స్పష్టమైన దృష్టిని మీకు ఇవ్వగలవు.

“ఒకరిని అనుసరించడమంటే ఆవ్యక్తి పనిచేసే పద్ధతి అనుకరించినట్టు. ఒక వ్యాపారాన్ని నేర్చుకునేందుకు తన యజమానిని ఒక శిక్షణపొందేవాడు అనుసరిస్తాడు. తమ అధ్యాపకుల్లా విద్యార్థులు తయారవుతారు. మనమంతా ఎవరినో ఒకరిని అనుకరిస్తున్నాం. మనం ఎవరిని అనుకరిస్తామో, మనం వారిలా అవుతాం. మన శిక్షణ సమయాల్లో, మనం ప్రశ్నలు అడుగుతాం. జవాబుకోసం పరిశుద్ధ గ్రంథంలోకి చూస్తాం, యేసు ఎలా నడిచారో కనుగొంటాం. ఆయనను అనుసరించడాన్ని అభ్యాసం చేస్తాం.”

మనం ఉత్తమంగా నేర్చుకునేందుకు మూడు మార్గాలేమిటి?

“వ్యక్తులు నేర్చుకునేందుకు మూడు మార్గాలున్నాయి. ప్రతిఒక్కరూ ఈ మూడింటినీ ఉపయోగిస్తారు. అయితే మనలో ప్రతిఒక్కరం ఒక మార్గంలో ఉత్తమంగా నేర్చుకోగలం. ఈ శిక్షణలో, ప్రతి పాఠాన్ని నేర్చుకునేందుకు వ్యక్తులు ఉపయోగించే మూడు మార్గాలనూ ఉపయోగిస్తాం. కనుక మీలో

ప్రతిఒక్కరూ మీకుగల నిర్దిష్టమైన నేర్చుకునే శైలితో సామగ్రిలో నిష్ణాతులవగలరు”

“కొందరు వ్యక్తులు వినడంద్వారా ఉత్తమంగా నేర్చుకోగలరు. ఈ కారణంగా, మనం ఎల్లప్పుడూ గ్రంథాలను బిగ్గరగా చదువుదాం, ప్రశ్నలన గట్టిగా అడుగుదాం”

వినడం.....
మీ చెవి దగ్గర మీ చేతిని దొప్పలా వంచండి

“కొందరు వ్యక్తులు చూడడంద్వారా ఉత్తమంగా నేర్చుకోగలరు. ఉదాహరణకి, ముఖ్యమైన సత్యాలను వివరించేందుకు మనం బొమ్మలను, నాటకాలను ఉపయోగించుకుందాం”

చూడడం ...
మీ కళ్ళను చూపండి

“కొందరు వ్యక్తులు చేయడంద్వారా ఉత్తమంగా నేర్చుకోగలరు. ఈ కారణంగా, మనం ఏం మాట్లాడుతున్నామో అది చేసేందుకు, దాన్ని అభ్యసించేందుకు సాయపడే చేతులను ఉపయోగించే చర్యలను చేయనున్నాం”

చేయడం
చేతులని దొర్లిస్తున్నట్టు కదపండి

“వినడం, చూడడం, చేయడం అనేవి మనకుగల ముగ్గురు ముఖ్యమైన అధ్యాపకులు. పరిశుద్ధాత్మ మన అధ్యాపకుడని బైబిల్ కూడా మనకు చెప్పింది. ఈ సామినార్ ద్వారా, పాఠాలు నేర్చుకునేందుకు పరిశుద్ధాత్మపై ఆధారపడాలని నేను మిమ్మల్ని కోరుతున్నాను ఎందుకంటే ఉత్తమంగా బోధించేవారిలో అతనొకరు”

ముగింపు

టీ దుకాణం తెరిచివుంది!

“మీరు ఎక్కువగా ఆనందించగలిగే ప్రదేశం ఏది: స్నేహితులు వుండే తరగతి గదా లేక ఒక టీ దుకాణమా (లేదా కాఫీ దుకాణమా)?”

“మనం తరగతిగదిలో అనేక మంచి విషయాలు నేర్చుకుంటాం, మనం మన అధ్యాపకులను గౌరవించాలి. అలాగే, మనం మన స్నేహితుల గురించి, కుటుంబం గురించి, గ్రామం గురించి టీ దుకాణంలో నేర్చుకుంటాం. ఇది యేసు భూమిపై నడిచినప్పుడు కూడా, వాస్తవం”

--లూకా 7:31-35—యేసు ఇలా చెప్పాను:
మనుష్యులు దేనిని పోలియున్నారు? సంతవీధులలో కూర్చుండియుండి- “మీకు పిల్లనగ్రోవి ఊదితిమి గాని మీరు నాట్యమాడరైతిరి! ప్రలాపించితిమి గాని మీరేడ్వరైతిరి” అని యొకనితో ఒకడు చెప్పుకొని పిలుపులాటలాడుకొను పిల్లకాయలను పోలియున్నారు. బాప్తిస్మమిచ్చు యోహాను, రొట్టె తినకయు, ద్రాక్షారసము త్రాగకయు వచ్చాను. గనుక- “యోహాను దయ్యము పట్టినవాడు” అని మీరనుచున్నారు. కాని, మనుష్య కుమారుడు తినుచును, త్రాగుచును వచ్చాను గనుక మీరు- “యేసు తిండిపోతును, మద్యపానియు, సుంకరులకును పాపులకును స్నేహితుడును” అనుచున్నారు. “అయినను జ్ఞానము జ్ఞానమని దాని సంబంధులనుబట్టి తీర్పు పొందును” అనాను (CEV)

“మనం టీ దుకాణంలో బాగా విశ్రాంతి పొందాం. ఈరోజు యేసు తిరిగి భూమిపైకి నడిచివచ్చినట్టయితే, ఆయన టీ లేదా కాఫీ దుకాణాలలో సమయాన్ని గడిపేవారు. తొలిసారి ఆయన వచ్చినప్పుడు ఇదే నమూనాను అనుసరించారు. ఆ కారణంగా, మనం ఈ గదిని ఒక శిక్షణ కేంద్రంనుంచి ఒక టీ దుకాణానికి మార్చాం.”

- ఈ దశలో నేర్చుకునేవారికి టీ, కాఫీ, కొన్ని తేలికపాటి అల్పాహారాలు అందించేందుకు ఏర్పాటు చేయాలి.

విశ్రాంతిగా, ఎక్కువ ఇష్టాగోష్టిగా ఉండే శిక్షణ వాతావరణాన్ని ఏర్పాటు చేయడం ఈ “టీ దుకాణం తెరవడం” వెనుక ఉద్దేశం. వేరే మాటల్లో చెప్పాలంటే, ఇది యేసు తన శిష్యులకు శిక్షణనిచ్చిన రీతికి దగ్గరగా ఉండే కూటమి ఏర్పాటు.

2

బహుళాభివృద్ధి

హెచ్చవేయడం అనేది యేసును ఒక కార్యదక్షునిగా పరిచయం చేస్తుంది: కార్యదక్షులు తమ సమయానికి, సంపదకు మంచి ప్రతిఫలాన్ని కోరుకుంటారు, వారు సమగ్రతతో జీవించాలని ఆశిస్తారు. తెలుసుకోవడంద్వారా ఫలప్రద మయ్యేందుకు ఒక దృష్టిని నేర్చుకునేవారు పొందాలి 1) మానవజాతికి దేవుని తొలి ఆదేశం, 2) మానవజాతికి యేసు అంతిమ సందేశం, 3) 222 సూత్రం, 4) గలిలయ సముద్రానికి మృత సముద్రానికి మధ్య తేడాలు.

“ఫలించడానికి” లేదా ఫలానికి, ఇతరులకు శిక్షణనివ్వడానికి, కేవలం వారికి బోధించడానికి మధ్య తేడాను ప్రదర్శించే చురుకైన-నేర్చుకునే స్కిట్ తో ఈ పాఠం ముగుస్తుంది. ఎలా కీర్తించాలో, ఎలా ప్రార్థించాలో, దేవుని మాటను ఎలా అధ్యయనం చేయాలో, ఇతరులకు ఎలా బోధించాలో శిక్షకులను నేర్చుకునేవారు సవాల్ చేస్తారు. ఇలా కాలాన్ని, సంపదను, సమగ్రతను పెట్టుబడి పెట్టడంద్వారా యేసును తాము స్వర్గంలో దర్శించినప్పుడు ఆయనకు ఒక అద్భుతమైన బహుమతిని నేర్చుకునేవారు ఇవ్వగలుగుతారు.

స్తుతి

- దేవుని ఉనికికి, ఆశీర్వదం కోసం ప్రార్థించమని ఎవరినైనా అడగండి
- కలిసి రెండు స్తోత్రములు లేదా బృందగీతాలు పాడండి.

ప్రార్థన

- గతంలో తమ భాగస్వామికాని వేరొకరితో కలిపి నేర్చుకునేవారిని జంటలుగా ఏర్పాటుచేయండి
- నేర్చుకునే ప్రతివారు అతని లేదా ఆమె భాగస్వామితో ఈ క్రింది ప్రశ్నకు జవాబివ్వాలి:

  నేను నీకోసం ఈ రోజు ఎలా ప్రార్థించగలను?

- భాగస్వాములు కలిసి ప్రార్థన చేయాలి.

అధ్యయనం

సమీక్ష

ప్రతి సమీక్షా కార్యక్రమం ఒకేలా వుంటుంది. నిలబడి, ఇంతకుముందు నేర్చుకున్న పాఠాలను అప్పగించాలని నేర్చుకునేవారిని అడగాలి. వారు చేతులను కదిలించేలా కూడా చూడాలి.

> యేసును అనుసరించేందుకు మనకు సాయపడే ఎనిమిది చిత్రాలు ఏవి?
>
> > “యేసు ఒక సైనికుడు, వెతికేవాడు, గొర్రెల కాపరి, విత్తనాలు నాటేవాడు, కుమారుడు, పరిశుద్ధుడైన వ్యక్తి, సేవకుడు, కార్యదక్షుడు”

మన ఆధ్యాత్మిక జీవితం ఒక బుంగ లాంటిది.

- ఒక బెలూన్ ని తీసుకొని, దాన్ని బృందానికి చూపించి, వివరించండి.

  “మన ఆధ్యాత్మిక జీవితం ఒక బెలూన్ లాంటిది”

- అప్పుడు బెలూన్ లో గాలి ఊదుతూ, మనం దేవునినుంచి దీవెనలు పొందామని వివరించండి. బెలూన్ లోంచి గాలిని బయటికి పంపి, ఇలా చెప్పండి.

  "దేవుడు మనకు ఇచ్చాడు, కనుక మనం ఇతరులకు ఇవ్వాలి. మనం ఒక దీవెన అయ్యేందుకు దీవెనను పొందాం"

- ఆధ్యాత్మిక జీవితం స్వభావమైన "లోపలికి, బయటికి" అనేకసార్లు ప్రదర్శించేందుకు ఈ ప్రక్రియను తిరిగి చేయాలి.

  "మనలో చాలామంది, ఏదైనాకానీ, మనం ఏది పొందామో దాన్ని ఇవ్వబోము, కాని దాన్ని మనతోనే అట్టేపెట్టుకుంటాం. దాన్ని మనం బయటికి ఇచ్చినట్టయితే, మనకు దేవుడు తిరిగి ఇవ్వడని బహుశా మనం ఆలోచిస్తూండవచ్చు. ఇవ్వడం చాలా కష్టమని కూడా మనం అనుకుంటూవుండొచ్చు"

- బుంగని ఊదుతూవుండాలి, అయితే అప్పుడప్పుడు కొద్దిమొత్తంలో గాలిని బయటికి వదుల్తూండాలి, ఎందుకంటే మీరు "అపరాధభావం"తో మున్నారు. దేవుడు మీకు ఎంతో ఇచ్చాడు, మీరు ఇతరులకు ఎక్కువ ఇవ్వడంలేదు. చివరికి, బుంగని అది పేలేవరకూ ఊదాలి.

  "మనఆధ్యాత్మికజీవితంఈఉదాహరణలాంటిది.ఎవరైనా మనకు పాఠం బోధించినప్పుడు, మనం నేర్చుకున్నదాన్ని వేరొకరికి మనం తప్పక బోధించాలి. మనం ఒక దీవెనను అందుకున్నప్పుడు, మనం ఇతరులను దీవించాలి. మనం ఇలా చేయనప్పుడు, అది మన ఆధ్యాత్మిక జీవితంలో పెద్ద సమస్యలకు కారణం అవుతుంది! మీరు ఏది పొందారో దాన్ని ఇవ్వకపోవడమనేది ఆధ్యాత్మిక ఓటమికి ఖచ్చితమైన దారి"

యేసుకు ఏది ఇష్టం?

--మత్తయి 6:20-21—కాని పరలోకములో మీకొరకు ధనమును కూర్చుకొనుడి, అచ్చట చిమ్మెటయైనను, తుప్పైనను దానిని తినివేయదు, దొంగలు కన్నమువేసి

దొంగిలరు. నీ ధనమెక్కడనుండునో అక్కడనే నీ హృదయము ఉండును.

“యేసు ఒక కార్యదక్షుడు. అతను ధనం, ఆస్తుల గురించి, మన ప్రాధాన్యతల గురించి మరి ఇతర అంశాలకన్నా ఎక్కువగా మాట్లాడతాడు. ఒక కార్యదక్షునిగా, యేసు మనలో పెట్టుబడి పెడతాడు, ఒక మంచి ప్రతిఫలంకోసం ఎదురుచూస్తాడు”

కార్యదక్షుడు

✋ చొక్కా జేబులోంచి లేదా పర్సులోంచి డబ్బును తీస్తున్నట్టు నటించండి.

ఒక కార్యదక్షుడు చేసే మూడు అంశాలు ఏమిటి?

--మత్తయి *25:14-28*— ఇది ఒక మనుష్యుడు దేశాంతరమునకు చేసే ప్రయాణమై, తన దాసులను పిలిచి, తన ఆస్తిని వారికప్పగించి నట్లుండును. అతను ఒకనికి అయిదు తలాంతులను, ఒకనికి రెండు, ఒకనికి ఒకటియు ఎవని సామర్థ్యము చొప్పున వానికిచ్చి, వెంటనే దేశాంతరము పోయెను. అలాగునే, రెండు తలాంతులు తీసికొనినవాడు వెళ్ళి వాటితో వ్యాపారము చేసి, మరి అయిదు తలాంతులు సంపాదించెను. అలాగునే రెండు తీసికొనినవాడు మరి రెండు సంపాదించెను. అయితే ఒక తలాంతు తీసుకొనినవాడు వెళ్ళి, భూమి త్రవ్వి తన యజమానుని సొమ్ము దాచిపెట్టెను. బహుకాలమైన తరువాత ఆ దాసుల యజమానుడు వచ్చి వారియొద్ద లెక్క చూచుకొనెను. అప్పుడు అయిదు తలాంతులు తీసుకొనినవాడు మరి అయిదు తలాంతులు తెచ్చి “అయ్యా, నీవు నాకు అయిదు తలాంతులప్పగించితివే, అవియుగాక, మరి యయిదు తలాంతులు సంపాదించితిని” అని చెప్పెను. అతని యజమానుడు “భళా, నమ్మకమైన మంచి దాసుడా, నీవు ఈ కొంచెములో నమ్మకముగా ఉంటివి, నిన్ను

అనేకమైనవాటిమీద నియమించెదను. నీ యజమానుని సంతోషములో పాలుపొందు”మని అతనితో చెప్పెను. అలాగే రెండు తలాంతులు తీసికొనినవాడు వచ్చి “అయ్యా, నీవు నాకు రెండు తలాంతులప్పగించితివే, అవియుగాక మరి రెండు తలాంతులు సంపాదించితి”నని చెప్పెను. అతని యజమానుడు “భళా, నమ్మకమైన మంచి దాసుడా, నీవు ఈ కొంచెములో నమ్మకముగా ఉంటివి, నిన్ను అనేకమైనవాటి మీద నియమించెదను, నీ యజమానుని సంతోషములో పాలుపొందు” మని అతనితో చెప్పెను. తరువాత ఒక తలాంతు తీసుకొనిన వాడును వచ్చి “అయ్యా, నీవు విత్తనిచోట కోయువాడవును, చల్లనిచోట పంట కూర్చుకొనువాడవునైన కఠినుడవని నేనెరుగుదును. కనుక నేను భయపడి, వెళ్ళి నీ తలాంతును భూమిలో దాచి పెట్టితిని, ఇదిగో నీది నీవు తీసికొనుము” అని చెప్పెను. అందుకు యజమానుడు వానిని చూచి “సోమరివైన చెడ్డ దాసుడా, నేను విత్తనిచోట కోయువాడను, చల్లనిచోట పంట కూర్చుకొనువాడనని నీవు ఎరుగుదువా? అట్లయితే నీవు నా సొమ్ము సాహుకారుల యొద్ద ఉంచవలసియుండెను, నేను వడ్డీతో కూడా నా సొమ్మును తీసికొనియుందునే. ఆ తలాంతును వానియొద్దనుండి తీసివేసి, పది తలాంతులు గలవానికియ్యుడి” అనెను. ***(HCSB)***

1. కార్యదక్షులు తమ సంపదను తెలివిగా పెట్టుబడి పెడతారు.

   “తమ యజమాని డబ్బును పెట్టుబడిపెట్టే బాధ్యత తీసుకున్న ముగ్గురు సేవకుల కథను యేసు చెప్పెను. వారిలో ఇద్దరు తమ యజమాని డబ్బును తెలివిగా పెట్టుబడి పెట్టారు”

2. కార్యదక్షులు తమ సమయాన్ని తెలివిగా పెట్టుబడి పెడతారు.

   “మన కార్యక్రమాల పట్టికలో తన సామ్రాజ్యాన్ని మొదట్లో వుంచాలని యేసు మనను కోరుతున్నారు”

3. కార్యదక్షులు సమగ్రతతో జీవిస్తారు.

> "చిన్న విషయాల్లో మన సమగ్రతను, నిజాయితీని యేసు చూస్తున్నందున, మనకు ఆయన ఎక్కువ అప్పగిస్తారు"
>
> "యేసు ఒక కార్యదక్షుడు, ఆయన మనలో జీవిస్తారు. మనం ఆయనను అనుసరించినప్పుడు, మనం కూడా కార్యదక్షులమవుతాం. మనం మన సంపదను, సమయాన్ని తెలివిగా పెట్టుబడి పెడతాం, సమగ్రతతో జీవిస్తాం"

మానవునికి దేవుని తొలి ఆదేశం ఏమిటి?

> *--ఆదికాండము **1:28**—దేవుడు వారిని ఆశీర్వదించాను; వారితో ఇట్లనాను "మీరు ఫలించి, అభివృద్ధిపొంది, విస్తరించి, భూమిని నిండించి, దానిని లోపరచుకొనుడి; సముద్రపు చేపలను, ఆకాశ పక్షులను, భూమిమీద ప్రాకు ప్రతి జీవిని ఏలుడు" అని దేవుడు వారితో చెప్పాను.* ***(NASB)***

"అభివృద్ధి చెందాలని, భౌతిక సంతానాన్ని పొందాలని ప్రజలకు దేవుడు చెప్పాను"

మానవునికి యేసు అంతిమ సందేశం ఏమిటి?

> *--మార్కు **16:15** – ఆయన వారితో చెప్పాను, "మీరు సర్వలోకమునకు వెళ్లి, సర్వసృష్టికి సువార్తను ప్రకటించుడి"*

"అభివృద్ధి చెందాలని, ఆధ్యాత్మిక సంతానాన్ని పొందాలని తన శిష్యులకు యేసు చెప్పాను"

నేను ఎలా ఫలవంతంగా వుండి, విస్తరించగలను?

--2 తిమోతి 2:2— నీవు నావలన వినిన వివిధ సంగతులను ఇతరులకును బోధించుటకు సామర్థ్యముగల నమ్మకమైన మనుష్యులకు అప్పగించుము. (NASB)

“మనం శిక్షణ పొందినట్టే, ఇతరులకు మనం శిక్షణనిచ్చినప్పుడు, మన జీవితాలను దేవుడు అభివృద్ధి చేస్తాడు. మనం దీన్ని “222వ సూత్రం’గా పిలుస్తాం. యేసు తనను తానుగా పౌలుకు వెల్లడించుకున్నారు. తిమోతికి పౌలు శిక్షణనిచ్చాడు. విశ్వాసులైన వ్యక్తులకు తిమోతి శిక్షణివ్వగా, వారు ఇతరులకు శిక్షణ అందజేశారు. ఈ చరిత్ర ఇలా కొనసాగుతుంది... మీతో యేసు గురించి వేరొకరు పంచుకునే ఒక రోజువరకూ!”

గలిలియ సముద్రం/ మృత సముద్రం

- ప్రతిభాగాన్ని ఉదాహరణతో మీరు బోధించేలా, అంచెలంచెలుగా, తదుపరి పేజీలో బొమ్మగీయండి. చిత్రం పూర్తిగా వేసినదై వుండాలి.

  “ఇజ్రాయెల్ దేశంలో రెండు సముద్రాలున్నాయి. వాటి పేర్లు మీకు తెలుసా?”

  (గలిలియ సముద్రం, మృత సముద్రం)

- రెండు వృత్తాలు గీయండి, చిన్నది మీదన వుండాలి. రెంటినీ ఓ గీతతో కలపండి. ఆ వృత్తం పైనుంచి మీదకి ఓ గీత గీయండి. వాటిని రెండు సముద్రాలుగా పేర్లతో గుర్తించండి.

  “గలిలియ సముద్రాన్ని, మృత సముద్రాన్ని ఒక నది కలుపుతుంది. దాని పేరు మీకు తెలుసా?”

  (జోర్డాన్ నది)

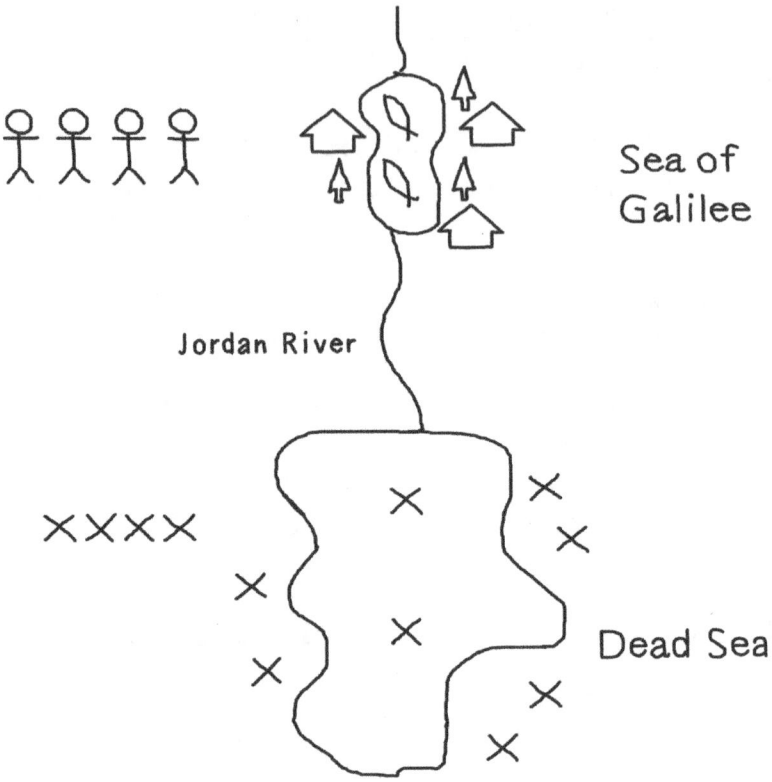

- నదిని గుర్తించండి.

  "గలిలియ సముద్రం, మృత సముద్రం చాలా భిన్నమైనవి. గలిలియ సముద్రంలో ఎన్నో చేపలుంటాయి"

- గలిలియ సముద్రంలో చేపను గీయండి.

  "మృతసముద్రంలో చేపలుండవు"

- మృతసముద్రంలో Xలు గీయండి.

  "గలిలియ సముద్రానికి సమీపంలో చాలా చెట్లుంటాయి"

- గలిలియ సముద్రం చుట్టూ చెట్లను గీయండి.

  "మృత సముద్రం చుట్టుపక్కల చెట్లుండవు"

- మృత సముద్రం చుట్టూ Xలు గీయండి.

"గలిలియ సముద్రంవద్ద అనేక గ్రామాలున్నాయి"

- గలిలియ సముద్రం చుట్టూ ఇళ్ళను గీయండి.

"మృత సముద్రంవద్ద గ్రామాలు లేవు"

- మృత సముద్రం చుట్టూ Xలు గీయండి.

"గలిలియ సముద్రంవద్ద నలుగురు ప్రముఖులైన వ్యక్తులు నివసించారు. వారి పేర్లు మీకు తెలుసా?"

(పేతురు, ఆద్రెయ, జేమ్సు, యోహాను)

- గలిలియ సముద్రం పక్కన నాలుగు అంటించే బొమ్మలు గీయండి.

"మృత సముద్రం వద్ద ప్రముఖ వ్యక్తులెవరూ నివసించలేదు"

- మృతసముద్రం పక్కన నాలుగు Xలు గీయండి.

"మృత సముద్రం "మరణించివుందని", గలిలియ సముద్రం "జీవించి వుందని" మీరు ఎందుకు అనుకుంటున్నారు?"

ఎందుకంటే గలిలియ సముద్రంలోకి నీరు వస్తుంది, పోతుంది, అయితే మృత సముద్రం విషయంలో నీరు లోపలికి మాత్రమే వస్తుంది.

"ఇది మన ఆధ్యాత్మిక జీవితానికి సంబంధించిన ఒక చిత్రం. మనం ఒక దీవెనను పొందినప్పుడు, మనం ఒక దీవెనను ఇవ్వాలి. మనం బోధనను స్వీకరించినప్పుడు, ఇతరులకు మనం బోధించాలి. అప్పుడే, మనం గలిలియ సముద్రంలా వుంటాం. దాన్ని మనలోనే మనం దాచుకున్నట్టయితే, మనం మృత సముద్రంలా తయారవుతాం.

"ఏ సముద్రం సులువుగా ఇష్టపడేలా వుంది- మృత సముద్రమా లేక గలిలియా సముద్రమా? చాలామంది

వ్యక్తులు మృత సముద్రం లాంటివారు, ఎందుకంటే వారు ఇవ్వడంకన్నా తీసుకుంటూంటారు. అయితే, ఏసును అనుసరించేవారు గలిలియో సముద్రంలాంటివారు, తన తండ్రినుంచి తాను ఏది పొందారో దానిని ఏసు ఇతరులకు ఇచ్చారు. వారు ఇతరులకు శిక్షణిచ్చేందుకు మనం ఇతరులకు శిక్షణిచ్చినప్పుడు, మనం ఏసు ఉదాహరణను అనుసరిస్తాం.

"మీరు ఏ సముద్రంలా వుండాలనుకుంటున్నారు? నేను గలిలియ సముద్రంలా వుండాలనుకుంటున్నాను"

జ్ఞాపక వాక్యం

--యోహాను 15:8—మీరు బహుగా ఫలించుటవలన నా తండ్రి మహిమపరచబడును. ఇందువలన మీరు నా శిష్యులగుదురు.

- ప్రతి ఒక్కరూ నిలబడి, ఈ జ్ఞాపకపద్యాన్ని పదిసార్లు కలిసి చెప్పాలి. మొదటి ఆరుసార్లు, నేర్చుకునేవారు తమ పరిశుద్ధ గ్రంథాన్ని లేదా విద్యార్థి నోట్సును ఉపయోగించవచ్చు. చివరి నాలుగుసార్లు, వారు తమ జ్ఞాపకంనుంచి పద్యం చెప్పాలి. ఈ పద్యాన్ని వారు ఉదహరించిన ప్రతిసారీ ముందుగా వారు ఈ పద్యం చెప్పి, పూర్తయ్యాక కూర్చోవాలి.

- "అభ్యాస" కార్యక్రమంలో ఏ జట్టు పాఠాన్ని పూర్తి చేసిందో శిక్షకులు తెలుసుకునేందుకు ఈ క్రింది క్రమం దోహదపడుతుంది.

సాధన

- ఈ సెషన్ లో తమ ప్రార్థనా భాగస్వామికి అభిముఖంగా కూర్చోవాలని అభ్యాసకులకు చెప్పండి. ఒకరి తర్వాత ఒకరుగా భాగస్వాములు పాఠాలను బోధించుకోవాలి.

"జంటలో అతి చిన్న వ్యక్తి నాయకుడవాలి"

- వారు మొదట శిక్షణ పొందాలన్నదే దీని ఉద్దేశం.

- 21వ పేజీలోగల శిక్షణనిచ్చే శిక్షకుల ప్రక్రియను అనుసరించాలి.

- ఖచ్చితంగా మీరు చేసిన విధంగానే అధ్యయన విభాగంలో ప్రతి ఒక్కటీ వారికి బోధించాలని మీరు అనుకుంటున్నట్టు గట్టిగా చెప్పాలి.

  "ప్రశ్నలు అడగండి, పవిత్ర గ్రంథాలను కలిసి చదవండి, నేను మీ విషయంలో చేసినట్టే ప్రశ్నలకు సమాధానాలివ్వండి.

  నేను మీ విషయంలో చేసినట్టుగానే, గలిలీయ సముద్రం/ మృత సముద్రం బొమ్మలు గీయండి, జ్ఞాపక పద్యాన్ని ఉదహరించండి.

  గలిలీయసముద్రం/ మృత సముద్రం బమ్మలు గీసే ప్రతిసారి మీరు ఒక శుభ్రమైన కాగితం షీట్ ను ఉపయోగించాలి"

- ప్రతిఒక్కపాఠాన్ని బోధించినతర్వాత, భాగస్వాములను మార్చి, వారు తమ వంతు తీసుకొని పాఠాన్ని మళ్ళీ బోధించాలి. పూర్తయ్యాక, శిక్షణ తర్వాత తాము ఆ పాఠాన్ని పంచుకునే వేరొకరి గురించి నేర్చుకునేవారు ఆలోచించాలి. పాఠం మొదటి పేజీ పైన ఆ వ్యక్తి పేరుని వారు రాయాలి.

ముగింపు

యేసుకు ఒక బహుమతి

- ఒక స్కిట్ తో సాయపడేందుకు వాలంటీర్ గా వుండాలని ఎవరో ఒకరిని అడగాలి.

- గదిలో ఒక పక్కన వాలంటీర్ ను ఉంచి, మీరు వేరొక పక్కన వుండాలి.

"మేము (వాలంటీర్, నేను) ఒకే విధమైన ఆధ్యాత్మిక పరిణతినికలిగివున్నామనిప్రతిఒక్కరూఊహించుకోవాలని నేను కోరుతున్నాను. మేమిద్దరం:"

- కీర్తించండి
  దేవుడిని కీర్తించేందుకు చేతులు పైకెత్తాలి.

- ప్రార్థించండి
  శాస్త్రీయంగా ప్రార్థించే భంగిమలో చేతులు వుంచాలి.

- పరిశుద్ధ గ్రంథాన్ని చదవడం
  మీరు ఒక పుస్తకాన్ని చదువుతున్నట్టయితే పట్టే విధంగా అరచేతులను పైకి వుంచాలి.

- యేసు గురించి ఇతరులకు చెప్పడం
  మీరు విత్తనాలు జల్లుతున్నట్టయితే వుంచేట్టు చేతిని వుంచడం.

- ఒక్క తేడా తప్ప, మీరు ఒకే విధమైన ఆధ్యాత్మికత కలిగివున్నారని గట్టిగా చెప్పాలి.

  " మనమధ్య వున్న ఒకే తేడా ఏమిటంటే, అతను (లేక ఆమె) ఇతరులకు శిక్షణనివ్వడంద్వారా యేసును గెలుచుకునేందుకు అతను వ్యక్తులకు శిక్షణనిస్తాడు. నేను కేవలం యేసువైపు దారి తీసేందుకు వ్యక్తులకు శిక్షణనిస్తాను. ఇతరులకు శిక్షణనిచ్చేందుకు వారికి నేను శిక్షణనివ్వలేదు

  "ఇప్పుడు, శిక్షణ వల్ల కలిగే తేడాను మీకు చూపిస్తాను"

- ప్రతి ఏడాది మీరు, వాలంటీర్ యేసుకోసం ఒక వ్యక్తిని చేరుకోవడాన్ని వివరించండి.

- ప్రేక్షకుల్లోకి మీరు, వాలంటీర్ వెళ్ళి, ఒక వ్యక్తిని తీసుకొని, వారిని మీ గమ్యంవద్దకు తీసుకువెళ్ళి, మీతో వారిని నిలబెట్టండి.

"ఏడాది తర్వాత నువ్వు చూడగలవు, అక్కడ ఏ తేడా వుండదు. నేను ఇక్కడ ఒక వ్యక్తితో వున్ను, అతను కూడా అక్కడ ఒక వ్యక్తితో వున్నాడు"

- కాగా, కేవలం వాలంటీర్ మాత్రమే యేసువైపు పయనించేందుకు శిక్షణనిచ్చే వ్యక్తి. అదే విధమైన చేతి కదలికలను ప్రదర్శించండి; ఈసారి, మీరిద్దరూ కలిసి చేతి కదలికలను అభ్యసించండి. మీ అంతట మీరుగా చేతికదలికలను ప్రదర్శించండి.

  "రెండో సంవత్సరంలో ఏం జరిగిందో చూడండి. అతను, నేను క్రీస్తుకోసం ఒకరిని గెలుచుకున్నాం. ఒకే తేడా ఏమిటంటే అతను అది చేసేందుకు తన వ్యక్తులకు శిక్షణనిచ్చాడు, కనుక ఈ ఏడాది, నేను నాకు సంబంధించిన ఒక వ్యక్తిని పొందుతాను, కాని మేమిద్దరం వేరే బృందంలో వుండి ఒక వ్యక్తిని పొందుతాం."

- మీ తదుపరి శిష్యులను ఎంపిక చేసుకునేందుకు మీరు, మీ వాలంటీర్ ప్రేక్షకుల్లోకి రావాలి, అప్పుడు, శిక్షకుని శిష్యుడు తాను కూడా ఒక శిష్యుడిని పొందుతాడు.

  "ఇంకా చిన్న తేడా వుందని రెండేళ్ళ తర్వాత మీకు కనిపిస్తుంది: నాకు ఇద్దరు వ్యక్తులున్నారు, అతనికి ముగ్గురున్నారు"

- మళ్ళీ, వాలంటీర్, అతనితోవున్న ముగ్గురు వ్యక్తులు చేతి కదలికలను అతను/ఆమెతో అభ్యాసం చేయాలి, కాని మీకు మీ బృందంలో చేతితో కదలికలు చేసే వ్యక్తి ఒక్కరే వున్నారు.

- శిక్షణలోవున్న అందరు వ్యక్తులు ఎంపికయ్యేవరకూ ఈ ప్రక్రియను అనేక "సంవత్సరాల"పాటు మళ్ళీమళ్ళీ చేయాలి. ప్రతిసారి మీరు చర్యలను ఒక్కరే చేయాలి, వారు కీర్తించాలని, ప్రార్థించాలని, దేవుని మాటను అధ్యయనం చేయాలని, సువార్తను పంచుకోవాలని మారిన మీ వ్యక్తులకు చెప్పాలి, కాని ఇది చేసేందుకు వారికి శిక్షణనివ్వకూడదు.

- ఈ దశలో, మీవద్ద ఎక్కువమంది వ్యక్తులుండరు. అలాంటప్పుడు, వారు మరో శిష్యుడిని పొందలేనట్టయితే, తమకు ఇద్దరు వ్యక్తులున్నారని చేతులు పైకెత్తి చూపించాల్సిందిగా వ్యక్తుల్ని కోరాలి.

- అయిదో సంవత్సరానికల్లా, మీరు బోధించినవారి సంఖ్యతో పోల్చుకుంటే, వాలంటీర్ ద్వారా శిక్షణపొందిన వ్చక్తుల సంఖ్యతో నేర్చుకునేవారు ఆకట్టుకుంటారు. మీ శిష్యులను మీరు నిజంగా ఇష్టపడతారని, వారు పటిష్టంగా వుండాలని కోరుకుంటారని, అందుకనే మీరు వారికి అనేక విషయాలను బోధించారు, కాని ఇతరులకు శిక్షణనివ్వడంపై వారికి శిక్షణ ఇవ్వలేదని గట్టిగా చెప్పండి.

  “మీరు స్వర్గానికి వెళ్ళినప్పుడు, మీకోసం శిలువపై మరణించిన యేసుకోసం మీరు ఏ విధమైన బహుమతిని ఇవ్వదలచుకున్నారు?- కేవలం నా వద్ద వున్నలాంటి కొద్దిమంది వ్యక్తులనా, లేక పెద్ద సంఖ్యలో అతని (లేదా ఆమె)లాంటి శిష్యులనా?”

- గదికి వేరేపక్కగల వాలంటీర్ ను చూపించండి.

  “మనని ఫలించి, అభివృద్ధి చెందాలని దేవుడు కోరుకున్నాడు. నేను యేసులా వుండి, వేరేవారికి శిక్షణనిచ్చేలా ఇతరులకు శిక్షణనివ్వాలనుకుంటున్నాను. తాము శిక్షణపొంది, ఆ తర్వాత ఇతరులకు శిక్షణనిచ్చే అనేకమంది వ్యక్తులతో కూడిన గొప్ప బహుమతిని యేసుకు ఇవ్వాలని నేను అనుకుంటున్నాను. నా సంపదకు, సమయానికి నేను కార్యదక్షునిగా వుండాలనుకుంటున్నాను, సమగ్రతతో జీవించాలని నేను కోరుకుంటున్నాను”

- వేరొక బృందంతో చేరి, ఒకరికి ఒకరు శిక్షణనిచ్చుకోవాల్సిందిగా మీ బృందాన్ని కోరండి, దీనివల్ల ప్రతిఒక్కరూ విజేత అవుతారు.

- “యేసుకోసంఒకబహుమతి”స్కిట్ నుంచి ఈకార్యక్రమాన్ని ప్రార్థనతో ముగించాలని వాలంటీర్ ను కోరండి.

3

ప్రేమ

ప్రేమ యేసును గొర్రెల కాపరిగా పరిచయం చేస్తుంది: గొర్రెల కాపరి సారథ్యం వహిస్తాడు, రక్షిస్తాడు, గొర్రెలను పోషిస్తాడు. దేవుని వాక్యాలను బోధించడం ద్వారా మనం ప్రజలని పోషిస్తాము, కాని దేవుని గురించి మనం ప్రజలకు బోధించే మొదటి విషయం ఏమిటి? నేర్చుకునేవారు అత్యంత ముఖ్యమైన ఆదేశాలని అన్వేషిస్తారు, ఎవరి మార్గం ద్వారా ప్రేమ లభిస్తుందో గుర్తిస్తారు, అత్యంత ముఖ్యమైన ఆదేశాల ఆధారంగా పూజించడం ఎలాగో కనుగొంటారు.

నేర్చుకునేవారు సాధారణ శిష్యబృందానికి నాలుగు కీలక అంశాలతో సారథ్యం వహించడాన్ని సాధన చేయాలి; స్తుతి (మనస్పూర్తిగా దేవుని ప్రేమించడం), ప్రార్థన (ఆత్మనివేదనంతో దేవుని ప్రేమించడం), బైబిల్ అధ్యయనం (మనసుపెట్టి దేవుని ప్రేమించడం), ఒక నైపుణ్యాన్ని సాధన చేయడం (దానివల్ల మన యావత్ శక్తిమేరకు దేవుని ప్రేమించగలం). చివరగా విశ్వాసుల్లో చాలా శిష్యబృందాలు వుండాల్సిన అవసరాన్ని "గొర్రెలు, పులి" అనే స్కిట్ తెలియజెబుతుంది.

స్తోత్రం

- దేవుని ఉనికికి, ఆశీర్వదం కోసం ప్రార్థించమని ఎవరినైనా అడగండి
- కలిసి రెండు స్తోత్రములు లేదా బృందగీతాలు పాడండి.

ప్రార్థన

- అంతకు ముందు తాము భాగస్వాములు లేనివారితో నేర్చుకుంటున్నవారిని జోడీలుగా ఏర్పాటు చేయండి.

- నేర్చుకుంటున్న ప్రతివారూ ఈ క్రింది ప్రశ్నలకు సమాధానాల్ని తమ భాగస్వాములతో పంచుకోవాలి.:

    1. మీకు తెలిసి మనం కోల్పోయిన వ్యక్తులని రక్షించడం కోసం గురించి మనం ఎలా ప్రార్థించగలం?

    2. మీరు శిక్షణ నిస్తున్న బృందం కోసం మనం ఎలా ప్రార్థించగలం?

- ఒక భాగస్వామి ఇంకా ఎవరికీ శిక్షణ ఇవ్వడం ప్రారంభించనట్టయితే, వారి ప్రభావ పరిధిలో వుండి, శిక్షణ తీసుకోగలిగిన అవకాశం మున్న వ్యక్తుల గురించి ప్రార్థించండి.

- భాగస్వాములు కలిసి ప్రార్థించాలి

అధ్యయనం

సమీక్ష

ప్రతి రివ్యూ సెషనూ ఒకే విధమైనవి. నేర్చుకుంటున్నవారిని లేచి నిలుచుని అంతకుముందు నేర్చుకున్న పాఠాన్ని వల్లించమని కోరండి. వారు తప్పనిసరిగా చేతుల కదలికలు చేసేలా కూడా చూడండి.

> ఏ ఎనిమిది చిత్రాలు జీసస్ ను అనుసరించేందుకు మనకి దోహదం చేస్తాయి?
>
> స్థానికుడు, వెతికేవాడు, గొర్రెలకాపరి, విత్తేవాడు, కుమారుడు, దేవదూత, సేవకుడు, సారథి
>
> బహూళంచేయండి

సారథి చేసే పనులు ఏమిటి?

మానవునికి దేవుడు ఇచ్చిన తొలి ఆదేశం ఏమిటి?

మానవునికి యేసు ఇచ్చిన ఆఖరి ఆదేశం ఏమిటి?

నేను ఎలా ఫలవంతంగా వుండి విస్తరించగలను?

ఇజ్రాయిల్ లో వున్న రెండు సముద్రాల పేర్లు ఏమిటి?

అవి ఎందుకు అంత భిన్నంగా వుంటాయి?

మీరు వాటిలో దేనిలాగా వుండదల్చుకున్నారు?

యేసు ఎటువంటివారు?

> *--మార్క్: 6.34—యేసు సముద్ర తీరానికి వెళ్ళినప్పుడు, అక్కడ ఆయన పెద్ద గుంపుని చూశాడు, వారి గురించి ఆయన పరితాపపడెను, ఎందుకంటే, వారు కాపరి లేని గొర్రెలలాగా అగుపడ్డారు;ఆయన వారికి చాలా విషయాలు నేర్పించడం ప్రారంభించెను(ఎన్ఎఎస్భి)*

«యేసు మంచి గొర్రెల కాపరి. ఆయనకి మహా ప్రజాసమూహాలంటే ఇష్టం, వారి కష్టాలన్ని అతను చూశాడు, దేవుని మార్గాన్ని వారికి బోధించడం ప్రారంభించాడు. ఆయన మనలో వుండి, మన జీవితాల ద్వారా కూడా ఆయన అదే చేస్తాడు»

గొర్రెలకాపరి

మీరు జనాలన్ని కూర్చుకుంటున్నట్టు చేతుల్ని మీ శరీరం వైపునకు కదల్చండి.

గొర్రెల కాపరి చేసే మూడు విషయాలు ఏమిటి??

-- కీర్తనలు 23:1-66 -- యెహోవా నా కాపరి నాకు లేమి కలుగదు. పచ్చికగల చోట్లను ఆయన నన్ను పరుండజేయు చున్నాడుశాంతికరమైన జలములయొద్ద నన్ను నడిపించుచున్నాడు. నా ప్రాణమునకు ఆయన సేదదీర్చుచున్నాడు తన నామమునుబట్టి నీతిమార్గములలో నన్ను నడిపించు చున్నాడు. గాఢాంధకారపు లోయలో నేను సంచరించినను ఏ అపాయమునకు భయపడనునీవు నాకు తోడైయుండుదువు నీ దుడ్డుకఱ్ఱయు నీదండమును నన్ను ఆదరించును. నా శత్రువులయెదుట నీవు నాకు భోజనము సిద్ధ పరచుదువునూనెతో నా తల అంటియున్నావు నా గిన్నె నిండి పొర్లుచున్నది. నేను బ్రదుకు దినములన్నియు కృపాక్షేమములే నా వెంట వచ్చును. చిరకాలము యెహోవా మందిరములో నేను నివాసము చేసెదను. *(NASB)*

1. గొర్రెలకాపరి వారి గొర్రెలని సరైన మార్గంలో నడిపిస్తాడు

2. గొర్రెలకాపరి వారి గొర్రెలని కాపాడతాడు

3. గొర్రెలకాపరి వారికి పుణ్యం ప్రసాదిస్తాడు

“యేసు ఒక గొర్రెలకాపరి, మనం ఆయన్ని అనుసరించిన క్రమంలో మనం కూడా గొర్రెలకాపర్లుగా మారతాం. మనం ప్రజలని యేసు వద్దకు చేరుస్తాం, దుష్టవిషయాల నుంచి వారిని కాపాడతాం, దేవుని వాక్యాలతో వారికి నివేదన చేస్తాం.”

ఇతరులకి బోధించేందుకు అత్యంత ముఖ్యమైన ఆదేశం ఏమిటి?

మార్క్ 12:28-31-- శాస్త్ర బోధకుల్లో ఒకరు వచ్చి వారు వాదులాడుకొనుట విన్నారు. యేసు వారికి

సరైన సమాధానం ఇచ్చారని గమనించి, ఆయన అతన్ని «అన్ని ఆదేశాల్లోకి అత్యంత ముఖ్యమైనది ఏది?› అని అడిగాడు «అతి ముఖ్యమైంది› అని, యేసు ఇలా చెప్పారు: «వినండి, ఓ ఇస్రాయేల్, దేవుని ప్రభువా, దేవుడు ఒక్కడే. మనస్ఫూర్తిగా, ఆత్మశుద్ధితో, మీ సర్వశక్తితో మీ ప్రభువుని కొలవండి›. రెండోది: «మీకు లాగే మీ పొరుగువారిని ప్రేమించండి›. «ఇంతకన్న పెద్ద ఆదేశం ఇంకోది లేదు›"

దేవుని ప్రేమించండి

దేవుని వైపు చేతులు చాచండి

ప్రజలని ప్రేమించండి

చేతులు ఇతరుల వైపునకు బయటకి సాచండి.

ప్రేమ ఎక్కడ నుంచి వస్తుంది?

-- 1 జాన్ 4:7, 8-- ప్రియమైన స్నేహితులారా, మనం ఒకరినొకరు ప్రేమించుకుందాం, ఎందుకంటే దేవుని నుంచే ప్రేమ వస్తుంది, ప్రేమించే ప్రతివారూ దేవుని నుంచి పుట్టినవారే, దేవుని తెలుసుకున్నవారే. ప్రేమించనివారు దేవుని తెలియనివారు, ఎందుకంటే దేవుడే ప్రేమ స్వరూపం. (HCSB)

దేవుని నుంచే ప్రేమ వస్తుంది

"అందుచేత...మనం దేవుని నుంచే ప్రేమ పొందుతాం, తిరిగి అతనికే ప్రేమని అందిస్తాం"

మీరు ప్రేమని స్వీకరిస్తున్నవిధంగా చేతులు పైకి చాచండి, అప్పుడు తిరిగి దేవునికి ప్రేమని అందించండి.

“మనం దేవుని నుంచి ప్రేమని పొందుతాం, ఇతర వ్యక్తులకి దాన్ని అందిస్తాం.”

మీరు ప్రేమని స్వీకరిస్తున్నట్టుగా చేతులని పైకి లేపండి, తరవాత దాన్ని ఇతరులకి పంచుతున్న విధంగా వాటిని విశాలంగా చాచండి.

నిరాడంబర ఆరాధన అంటే ఏమిటి?

స్తుతించడం
దేవుని స్తుతించేందుకు చేతులు పైకి ఎత్తండి

ప్రార్థన
శాస్త్రీయ పద్ధతిలో “ప్రార్థిస్తున్న చేతుల” భంగిమలో చేతులని వుంచండి.

అధ్యయనం
మీరు చదువుతున్న విధంగా అరచేతుల్ని పైకి వుంచండి.

సాధన
విత్తులని జల్లుతున్న విధంగా మీ చేతులని ముందుకి వెనక్కి కదుపుతూ వుండండి.

మనకి నిరాడంబర ఆరాధన ఎందుకు వుంది?

--మార్క్ 12:30--మీ దేవుని ప్రభువుని మీరు నిండు మనసుతో, ఆత్మార్పణగా, మెదడు నిండా నింపుకుని, మీ పూర్తి శక్తితో కొలవండి.

- నిరాడంబర ఆరాధన విధానాన్ని అభ్యాసకులతో సమీక్షించండి. నిరాడంబర ఆరాధనలో ప్రతి భాగం యేసు ఆజ్ఞానుసారం ఆయన ఆదేశాలని పాటించించడంలో మనకి శిక్షణ నిస్తాయి, మార్క్ 12:30లో వున్నట్టుగా.

- నిరాడంబర ఆరాధన ఉద్దేశాన్ని ఈ పాఠ్యాంశం వివరిస్తుంది. అభ్యాసకులతో చేతుల కదలికల్ని పలుమార్లు సాధన చేయండి.

“మనసు నిండా నింపుకుని మనం దేవుని ప్రేమిస్తాం, అందుకని మనం ఆయన్ని స్తుతిస్తాం; మనం జీవాత్మతో దేముని ప్రమిస్తాం, అంచేత మనం ప్రార్థిస్తాం; మనం మనసు నిండా నిపుకుని దేవుని ప్రేమిస్తాం, అంచేత మనం అధ్యయనం చేస్తాం; మనం శక్తిని పూర్తిగా వెచ్చించి దేవుని ప్రేమిస్తాం, అంచేత మనం సాధన చేస్తాం.”

మనం....	అంచేత మనం...	చేతుల కదలికలు
హృదయంతో దేవుని ప్రేమిస్తాం	స్తుతిస్తాం	గుండెలపై చేతులు వుంచుకుని తరవాత చేతులు పైకెత్తి దేవుని ప్రార్థిస్తాం.
జీవాత్మతో దేవుని ప్రేమిస్తాం	ప్రార్థన	చేతులని పక్కలకి పెట్టి తరవాత శాస్త్రీయ ప్రార్థనా భంగిమలో చేతులని వుంచాలి
పూర్తి మనసుతో దేవుని ప్రేమిస్తాం	అధ్యయనం	ఆలోచిస్తున్న విధంగా తలకి కుడివైపు చేతిని వుంచి, తరవాత మీరు పుస్తకం చదువుతున్నవిధంగా అరచేతుల్ని పైకి ఎత్తాలి.
మన పూర్తి శక్తితో దేవుని ప్రేమిస్తాం	మనం నేర్చుకున్నదాన్ని పంచుకోవాలి (సాధన)	అరచేతుల్ని పైకి ఎత్తి కండరాల్ని ముడవండి, తరవాత విత్తులు జల్లుతున్న విధంగా చేతుల్ని విస్తరించండి.

నిరాడంబర ఆరాధన నిర్వహించేందుకు ఎంత మంది వుండాలి?

-- మాథ్యూ 18:20 --నా పేరిట ఇద్దరు ముగ్గురు ఒకచోటికి చేరితే నేను అక్కడ వుంటాను.

"ఇద్దరు ముగ్గురు విశ్వాసులు ఒకచోటికి చేరిన చోట, వారితో తాను అక్కడ వుంటానని యేసు వాగ్ధానం చేసాను"

జ్ఞాపక వాక్యములు

-- జాన్ 13:34, 35--అంచేత ఇప్పుడు నేను మీకు ఓ కొత్త ఆదేశం ఇస్తున్నాను; ఒకరినొకరు ప్రేమించుకోండి. నేను మిమ్మల్ని ప్రేమించినట్టుగానే, మీరు ఒకరినొకరు ప్రేమించుకోవాలి. మీలో ఒకరిపై నొకరి ప్రేమే మీరు నా అనుయాయులని ప్రపంచానికి చాటిచెబుతుంది.. (NLT)

- ప్రతిఒక్కరూ లేచినిలుచుని జ్ఞాపక వాక్యాలన్ని పదిసార్లు కలిసి వల్లించాలి. మొదటి ఆరుసార్లూ, అభ్యాసకులు బైబిల్ లేదా విద్యార్థి నోట్స్ ను ఉపయోగించొచ్చు. ఆఖరి నాలుగు సార్లు, ఆ వాక్యాలన్ని తన జ్ఞాపకాల నుంచి చెప్పాలి. వాక్యాలన్ని ఉదహరించడానికి ముందు ప్రతిసారి, అభ్యాసకులు ఆ వాక్యాల సంబంధాన్ని తప్పక చెప్పాలి. పూర్తి చేసిన తరవాత కూర్చోవాలి.

- దీనివల్ల "సాధన" విభాగంలో పాఠ్యాంశాన్ని ఎవరు పూర్తి చేయగలిగారో శిక్షకులు తెలుసుకోడానికి వీలవుతుంది.

సాధన

- ఈ కార్యక్రమంలో అభ్యాసకుల్ని తమ భాగస్వాములకి అభిముఖంగా కూర్చోమని చెప్పండి. ఒకరుకొకరు

పాఠ్యాంశాలని బోధించుకోడంలో భాగస్వాములు పాత్రలు మార్చుకుంటారు.

"ఆ జోడీలో పెద్దవారు దానికి నాయకుడుగా వుంటారు"

- పేజీ 21లో వున్న శిక్షకులకి శిక్షణ విధానం ని పాటించండి.

- సరిగ్గా మీరు చేసిన విధంగానే "అధ్యయనం" విభాగంలో ప్రతిదాన్నీ వారు ఎలా బోధించాలని మీకు కోరుకుంటున్నారన్న విషయంపై నొక్కి చెప్పండి.

  "బైబిలు వాక్యాల్ని కలిసి చదవండి, ప్రశ్నలు అడగండి, నేను మీతో ఎలా చేశానో మీరూ అలాగే ప్రశ్నలకు సమాధానాలు చెప్పండి"

- అభ్యాసకులు ఒకరికొకరు శిక్షణ ఇవ్వడం పూర్తి చేసిన తరవాత, మరొక భాగస్వామిని చూసుకుని వారితో సాధన చేయనివ్వండి. శిక్షణకు వెలుపల ఈ పాఠాన్ని ఎవరితో పంచుకోగల ఒకరి గురించి ఆలోచించమని అభ్యాసకుల్ని కోరండి.

  "ఈ శిక్షణకు వెలుపల మీరు ఈ పాఠాన్ని పంచుకోగలిగిన వ్యక్తి గురించి కొద్ది క్షణాలు ఆలోచించండి. ఈ పాఠం తొలిపేజీలోపైనఆవ్యక్తిపేరునువ్రాయండి"ముగింపు"

ముగింపు

నిరాడంబర ఆరాధన

- నలుగురి చొప్పున అభ్యాసకుల్ని విడగొట్టండి. నలుగురేసి వున్న ప్రతి బృందానికీ ఆ బృందంకి ఓ పేరుపెట్టుకోమని ఒక నిముషం సమయం ఇవ్వండి.

- గదిలో కలియ తిరుగుతూ వారు ఎంచుకున్న పేర్లని చెప్పమని బృందాల్ని కోరండి.

- ఇప్పుడు నిరాడంబర ఆరాధనని కలిసి సాధన చేయబోతున్నారని చెబుతూ, నిరాడంబర ఆరాధనలో దశలని అభ్యాసకులతో సమీక్షించండి.

- నిరాడంబర ఆరాధన బృందంలో ప్రతి వ్యక్తి ఆరాధనా సమయంలో వేర్వేరు సమయాల్లో తప్పక సారథ్యం వహించాలి. ఉదాహరణకు, ఒక వ్యక్తి స్తుతి సమయానికి సారథ్యం వహిస్తే, మరొకరు ప్రార్థన సమయానికి, ఇంకొకరు అధ్యయన సమయానికి, మరొకరు సాధన సమయానికి సారథ్యం వహించాలి.

- ఇతర బృందాలుకూడా అక్కడికి దగ్గర్లోనే వుంటాయి కాబట్టి ఆరాధనా సమయాన్ని సున్నితంగా నిర్వహించమని బృందాలకి చెప్పండి. "ఉపదేశించడం"కాకుండా బైబిల్ కథని "చెప్పాలని" అభ్యాసకులకి మరోసారి గుర్తుచేయండి. బైబిల్ లో ఏ కథని చెప్పాలో అభ్యాసకులు నిర్ణయించుకోలేకపోతేగనక, దుర్వయ కొడుకు కథ చెప్పమని సూచించండి. తరవాత అధ్యయన నాయకుడు ఈ మూడు అధ్యయన ప్రశ్నలని అడుగుతారు:

    1. ఈ కథ మనకి దేవుని గురించి ఏమి చెబుతుంది?

    2. ఈ కథ మనకి ప్రజల గురించి ఏమి చెబుతుంది?

    3. జీసస్ ను అనుసరించేందుకు ఈ కథ నాకెలా దోహదపడుతుంది?

- అధ్యయన నాయకుడు చెప్పిన బైబిల్ కథనే సాధన నాయకుడు మళ్ళీ చెప్పి, అధ్యయన నాయకుడు అడిగిన అవే ప్రశ్నల్ని మళ్ళీ అడుగుతారు. బృందం ఆ ప్రశ్నలని మళ్ళీ చర్చిస్తుంది.

అనుయాయి బృందం ప్రారంభించడం ఎంత ముఖ్యం?

గొర్రెలు, పులులు

- ఆ గదిని గొర్రెల పెంపక స్థలంగా వివరించండి. ఒక కార్యకర్తని ఆ గొర్రెలకు కాపలాగా (గొర్రెల కాపరి) వ్యవహరించమని కోరండి. ముగ్గురు కార్యకర్తలని పులులుగా, మిగతా వారిని గొర్రెలుగా వ్యవహరించమని చెప్పండి.

  "ఈ ఆట ఉద్దేశం ఏమంటే, పులులు వీలైనన్ని గొర్రెలని గాయపరచాలి. కాపలాదారుడు గనక పులిని ముట్టుకోగలిగితే, ఆ పులి ఇక నేలకు పడిపోవాలి, 'మరణించినట్టు'గా. ఒకవేళ పులి ఏదైనా గొర్రెని ముట్టుకుంటే అది పడిపోవాలి, అది గాయపడినట్టు లేదా మరణించినట్టు. ఇక ఆట అయిపోయేదాకా అతను/ఆమె ఆటలో లేనట్టే."

- వారు ఆట ప్రారంభించడానికి ముందుగా, పుస్తకాలు, పెన్సిళ్ళు, ఇతర అపాయం కలిగించే అవకాశం వున్న వస్తువులన్ని తొలగించమని చెప్పండి.

  "మీలో కొందరు ఆడుతున్నప్పుడు అరిచినా మరేం ఫరవాలేదు"

- మూడు వరకూ లెక్కపెట్టి "గో!" అని చెప్పండి. పులులు అన్నీ మరణించేదాకా లేదా గొర్రెలు అన్నీ గాయపడేదాకా ఇలా ఈ ఆటని కొనసాగించండి. గొర్రెలు అన్నీ గాయపడకపోవచ్చు. కాపరి గాయపడవచ్చు.

- మీరు ఆ ఆటని మళ్ళీ ఆడబోతున్నారని బృందానికి చెప్పండి. ఈసారి అదనంగా మరో ఐదుగురు కాపర్లని ఎంచుకోండి, పులులని మాత్రం గతంలోలాగే మూడే వుంచండి. మిగతా వారందరూ గొర్రెలే. రక్షణ పొందే నిమిత్తం గొర్రెలని కాపరికి దగ్గరగా వుండేలా ప్రోత్సహించండి. మూడు లెక్కపెట్టి "గో!" అని చెప్పండి.

- పులులు అన్నీ మరణించేదాకా లేదా గొర్రెలు అన్నీ గాయపడేదాకా ఇలా ఈ ఆటని కొనసాగించండి. పులులు ఇంకా త్వరగా అన్నీ మరణించాలి. కొన్ని గొర్రెలు మాత్రం గాయపడవచ్చు.

“మనకి మరిన్ని కొత్త బృందాలు, చర్చిలు ఎందుకు కావాలంటే సరిగ్గా ఇందుకే. ఒక గురువు మొత్తం చర్చిని ఒంటరిగా రక్షించి, పెద్దగా ఇంకా పెద్దగా అవ్వాలనుకోవడమే మొదటి ఆట సారాంశం. అలాంటప్పుడు సైతాను వచ్చి సభ్యులని గాయపరచడం చాలా సులువు. రెండో ఆటలో, పలువురు ఆధ్యాత్మిక నాయకులు వారి చిన్నచిన్న బృందాలన్ని రక్షించుకోగలుగుతారు. ఇందువల్లే సైతాను, దాని దుష్టశక్తులు (పులులు) అంత సులువుగా గొర్రెలని గాయపర్చడానికి సాధ్యం కాదు.”

“యేసుమంచిగొర్రెలకాపరి.గొర్రెలకోసంతనప్రాణాలన్ని ఇచ్చాడు. చైతన్యంలో గొర్రెలకాపర్లమైన మనం, మన ‘ప్రాణాలన్ని’ - మన సమయాన్ని, మన ప్రార్థనలన్ని, మన కూటస్థానాన్ని - మన గొర్రెలయిన వారికోసం, జీసస్ గురించి తెలుసుకోడానికి మన వైపు చూస్తున్నవారికోసం అర్పించేందుకు సిద్ధంగా వుండాలి. మనం ఒక సమయంలో కొంత మందికోసం మాత్రమే నిలబడగలం, అవునా? జీసస్ మాత్రమే సర్వవ్యాపితమైనవాడు. సరిగ్గా ఈ కారణం వల్లనే మరికొందరికి బోధించేందుకుగాను మనం ఇతరులకి బోధించాలి. అలా చేయడం వల్ల ఇంకొకరి భారాన్ని మోయడానికి ఎప్పుడూ పలువురు వుంటారు. క్రీస్తు న్యాయం నెరవేరినట్టవుతుంది.”

4

ప్రార్థన

ప్రార్థన అభ్యాసకులని యేసుకు పవిత్రులుగా పరిచయం చేస్తుంది. ఆయన పవిత్రమైన జీవితాన్ని గడిపి, మనకోసం శిలువపై మరణించాడు. యేసును అనుసరించే క్రమంలో మనల్ని సాధువులుగా వుండమని దేవుడు ఆదేశించాడు. ఒక సాధువు దేవుని ఆరాధిస్తాడు, పవిత్రమైన జీవితాన్ని గడుపుతాడు, ఇతరులకోసం ప్రార్థిస్తాడు. ప్రార్థన విషయంలో యేసును ఉదాహరణగా తీసుకుని, మనం దేవుని స్తుతిస్తాం, మన పాపాలకు క్షమాపణలు కోరతాం, మనకి కావల్సిన విషయాల్ని దేవుని కోరతాం, ఆయన మనల్ని ఏం చేయమని కోరతాడో దానికి కట్టుబడతాం.

ఈ క్రింది నాలుగు మార్గాల్లో ఒక దాని ద్వారా దేవుడు మన ప్రార్థనలకి సమాధానం చెబుతాడు: కాదు (మనం దురుద్దేశాలతో అడిగి వుంటే), మెల్లగా (సమయం సరైనది కాకపోతే), ఎదుగు (ఆయన సమాధానం చెప్పడానికి ముందు మనం మరింత పరిణతి సాధించాల్సిన అవసరం వుంటే), లేదా వెళ్ళు (ఆయన మాట, ఇష్టానుసారంగా మనం ప్రార్థించిన సందర్భంలో). జెరెమయ్య 33:3 ఆధారంగా అభ్యాసకులు దేవుని ఫోన్ నెంబరును 3-3-3గా గుర్తుపెట్టుకుంటారు, ప్రతిరోజూ దేవుని కాల్ చేయడం ప్రోత్సహిస్తారు.

స్తుతి

- దేవుని ఉనికి కోసం, ఆశీర్వాదం కోసం ఎవరినైనా ప్రార్థించమని కోరండి.
- కలిసి రెండు స్తోత్రములు లేదా బృందగీతాలు పాడండి.

ప్రార్థన

- ఇంతకు ముందు వారెప్పుడూ భాగస్వామిగా వుండనివారితో అభ్యాసకులని జోడీలుగా ఏర్పాటు చేయండి.

- ప్రతి అభ్యాసకులూ ఈ క్రింది ప్రశ్నలకు సమాధానాలను వారి భాగస్వాములతో పంచుకోవాలి:

    1. మీకు తెలిసి రక్షించవలసి వుండి కోల్పోయిన వ్యక్తుల గురించి మనం ఎలా ప్రార్థించగలం?

    2. మీరు శిక్షణ గరుపుతున్న బృందం కోసం మనం ఏ విధంగా ప్రార్థించగలం?

- ఒకవేళ ఒక భాగస్వామి ఇంకా ఇప్పటివరకూ శిక్షణ ప్రారంభించ నట్టయితే, వారి ప్రభావ పరిధిలో శిక్షణ ప్రారంభించే వీలున్నవ్యక్తులకోసం ప్రార్థనచేయండి.

- భాగస్వాములు కలిసి ప్రార్థన చేయాలి.

అధ్యయనం

టెలిఫోన్ ఆట ☛

"మీరు ఎప్పుడైనా టెలిఫోను ఆట ఆడారా?"

- మీరు మీ పక్క వారితో కొన్ని మాటలు చెబుతారని, అప్పుడు వారు వాటిని తరవాత వ్యక్తి చెబుతారని వివరించండి. ప్రతి వ్యక్తి తాము విన్న మాటలని తమ పక్కవారితో చెబుతారు. ఆవృత్తం పూర్తయ్యేదాకా అలా కొనసాగిస్తారు.

- ఆఖరు వ్యక్తి తాము విన్న మాటలని తిరిగి ఉచ్ఛరిస్తారు. మీరు మొదట చెప్పిన వాక్యాలని తిరిగి చెబుతారు, ప్రతి వ్యక్తి తాము విన్నదానికీ దీనికీ ఎంత పోలిక వుందో సరిచూసుకుంటారు. చాలా భాగాలు

వుండేట్టు, కొద్దిగా సిల్లీగా వుండే వాక్యాన్ని ఎంచుకోండి. ఆటని రెండుసార్లు ఆడండి.

"మనం దేవుని గురించి తరుచూ చాలా మాటలు వింటూ వుంటాం, కానీ మనం ఎప్పుడూ ఆయనతో నేరుగా మాట్లాడలేదు. మన ఆటలో, మీరు గనక నన్ను ఏం చెప్పావని అడిగితే, అర్థం చేసుకోవడం పెద్ద కష్టమేమీ కాదు. చాలా మంది వ్యక్తుల ద్వారా ప్రయాణించిన వాక్యాన్ని మీరు విన్నప్పుడు, పొరపాట్లు జరిగే అవకాశం చాలా వుంటుంది. మన ఆధ్యాత్మిక జీవితంలో ప్రార్థన అనేది చాలా ముఖ్యం, ఎందుకంటే అది నేరుగా దేవునితో మాట్లాడ్డం."

సమీక్ష

ప్రతి సమీక్షా కార్యక్రమమూ ఒకే విధంగా వుంటుంది. అభ్యాసకులని లేచి నిలుచుని తాము ఇంతకు ముందు నేర్చుకున్న పాఠాలని వల్లించమని కోరండి. వారు చేతుల కదలికల్ని కూడా పాటించేలా చూడండి.

యేసుని అనుసరించేందుకు మనకి దోహదం చేసే ఎనిమిది చిత్రాలు ఏవి?

సైనికుడు, అన్వేషకుడు, గొర్రెలకాపరి, విత్తులు నాటేవాడు, కుమారుడు, సాధువు, సేవకుడు, కార్యదక్షుడు

బహుళంగా అభివృద్ధి

కార్యదక్షుడు చేసే మూడు విషయాలు ఏమిటి?

దేవుడు మనుషులకి ఇచ్చిన తొలి ఆదేశం ఏమిటి?

యేసు మనుషులకి ఇచ్చిన ఆఖరి ఆదేశం ఏమిటి?

నేను ఫలవంతంగా వుండి ఎలా బహుళం కాగలను?

ఇజ్రాయెల్ లో వున్న రెండు సముద్రాలు ఏవి?

అవి ఎందుంకు అంత భిన్నమైనవి?

మీరు దేనిలాగా వుండాలనుకుంటున్నారు?

ప్రేమ

గొర్రెల కాపరి చేసే మూడు పనులు ఏమిటి?

ఇతరులకి బోధించేందుకు అత్యంత ముఖ్యమైన ఆదేశం ఏమిటి?

ప్రేమ ఎక్కడి నుంచి వస్తుంది?

నిరాడంబర ఆరాధన అంటే ఏమిటి?

మనకి నిరాడంబర ఆరాధన ఎందుకు వుంది?

నిరాడంబర ఆరాధన నిర్వహించడానికి ఎంత మంది అవసరం?

యేసు ఎలా వుంటారు?

-- లూకా 4:33-35 -- అదే సమయంలో దయ్యం పట్టిన వాడొకడు ఆ సమాజ మందిరంలోకి వచ్చాడు. ఆ దయ్యం బిగ్గరగా, “ఓ నజరేయుడైన యేసూ! మాతో నీకేంపని? మమ్మల్ని నాశనం చెయ్యటానికి వచ్చావా? నీవెవరో నాకు తెలుసు. నీవు దేవుని పరిశుద్ధుడవు” అని అన్నది. యేసు, “నోరు మూసుకోని అతని నుండి బయటకు రా!” అని గద్దించాడు. ఆ దయ్యం తాను పట్టిన వాణ్ణి క్రింద పడవేసి ఏ హానీ చెయ్యకుండా ఆ దయ్యం వెలుపలికి వచ్చింది.

“యేసు దేవుని యొక్క పవిత్రాత్మ. మనం ఆరాధించేది ఆయన్నే. మనకోసం ఆయన దేవుని గద్దె ముందు జోక్యం చేసుకుంటాడు. ఇతరులకు బదులు మనం కూడా అక్కడ మోకరిల్లి, తనకి సంబంధంగా పవిత్ర జీవితాన్ని గడపమని మనకి పిలుపునిస్తాడు. యేసు పవిత్ర జీవి. మనం వారి దూతలుగా పిలవబడతాము”

దేవదూత

శాస్త్రీయ “ప్రార్థిస్తున్న చేతులు” భంగమలో చేతులని వుంచండి.

దేవదూత చేసే మూడు పనులు ఏవి?

*--మాథ్యూ 21.12.16--*యేసు ఆలయంలోకి వెళ్ళి, అక్కడ అమ్ముతున్న వాళ్ళను, కొంటున్న వాళ్ళను బయటికి వెళ్ళగొట్టాడు. డబ్బు మారకం చేస్తున్న వర్తకుల బల్లలను, పావురాలు అమ్ముతున్న వర్తకుల పీఠల్ని క్రింద పడవేసాడు. ఆయన వాళ్ళతో, “‘నా ఆలయం ప్రార్థనాలయం అనిపించుకుంటుంది’ అని వ్రాసారు. కాని దాన్ని మీరు దోపిడి దొంగల గుహగా మార్చారు” అని అన్నాడు. గ్రుడ్డివాళ్ళు, కుంటివాళ్ళు ఆలయంలో ఉన్న ఆయన దగ్గరకు వచ్చారు. ఆయన వాళ్ళకును నయం చేసాడు. ప్రధాన యాజకులు, శాస్త్రులు ఆయన చేసిన అద్భుతాలను చూసారు. మందిరావరణంలో ఉన్న పిల్లలు, “దావీదు కుమారునికి హోసన్నా!” అని కేకలు వేయటం విన్నారు. వాళ్ళకు కోపం వచ్చింది. “చిన్న పిల్లలేమంటున్నారో నీవు విన్నావా?” అని వాళ్ళు యేసును ప్రశ్నించారు. యేసు, “విన్నాను. ‘చిన్న పిల్లలు, పసిపాపలు కూడా నిన్ను స్తుతించేటట్లు చేసావు!’ అని వ్రాసారు. ఇది మీరు ఎన్నడూ చదువలేదా?” అని అన్నాడు.”

1. దేవదూత దేవుని ఆరాధిస్తారు

“దేవాలయంలో బిడ్డలు చేసినట్టు మనం దేవుని స్తుతించేందుకు వున్నాం”

2. దేవదూత పవిత్ర జీవితాన్ని గడుపుతారు

“యేసు తండ్రిగృహాన్ని లోభంతో కలుషితమయ్యేందుకు అనుమతించలేదు”

3. దేవదూతలు ఇతరుల కోసం ప్రార్థిస్తారు

"దేవుని ఆలయం ప్రార్థనలకి ఆలవాలమని యేసు చెప్పాను"

"యేసు పవిత్రమైనవాడు, మనకోసం జీవించినవాడు. మనం ఆయన్ని అనుసరించే క్రమంలో, మనంకూడా ఆయన దూతలుగా పవిత్రతలో పెరుగుతాము. మనం ఆరాధిద్దాం, పవిత్ర జీవితాన్ని గడుపుదాం, యేసు చేసినట్టే ఇతరులకోసం ప్రార్థిద్దాం"

మనం ఎలా ప్రార్థించాలి?

--లూకా 10.21...అదే సమయంలో ఆయన పవిత్రాత్మలో సంతోషిస్తూ, "ఆకాశానికి, భూమికి ప్రభువైనటువంటి ఓ తండ్రీ! నీకు స్తుతులు! నీవీ విషయాలు చదువుకున్న వాళ్ళనుండి, విజ్ఞానుల నుండి దాచి, అమాయకులకు తెలియ చేసావు. ఔను, తండ్రీ! ఇదే నీచిత్తము." (NASB)

స్తుతించడం

"ప్రార్థనలో యేసు దేవుని వద్దకు చేరి, దేవుడు ఈ ప్రపంచానికి చేస్తున్నదానికి సంబరంచేస్తూ, కృతజ్ఞతలు అర్పించాను"

స్తుతి
✋ఆరాధనలో చేతులు పైకి లేచాను.

--లూకా 18:10-14-- ఇద్దరు మనుష్యులు మందిరానికి వెళ్ళారు. ఒకడు పరిసయ్యుడు, ఒకడు పన్నులు వసూలు చేసేవాడు. పరిసయ్యుడు ఒక ప్రక్కన నిలుచొని ఈ విధంగా ప్రార్థించటం మొదలు పెట్టాడు: 'ప్రభూ! నేను యితరుల్లా, అంటే మోసగాళ్ళల్లా, దుర్మార్గుల్లా, వ్యభిచారుల్లా ఉండనందుకు నీకు కృతజ్ఞుణ్ణి. ఈ పన్నులు సేకరించేవానిలా నేను ఉండనందుకు కూడా కృతజ్ఞుణ్ణి. నేను వారానికి రెండుసార్లు ఉపవాసాలు చేస్తాను. నా సంపదలో

పదవవంతు దేవుని పేరిట యిస్తాను.' "ఆ పన్నులు సేకరించేవాడు మరొక ప్రక్కన నిలుచొని ఆకాశం వైపు కూడా చూడటానికి ధైర్యము లేక గుండెలు బాదుకుంటూ, 'దేవుడా! నేనొక పాపిని, నాపై దయచూపు' అని అన్నాడు. దేవుని దృష్టిలో పరిసయ్యునికి మారుగా ఇతడు నీతిమంతుడనిపించుకొని ఇంటికి వెళ్ళాడు. ఎందుకంటే ఇతరుల కన్నా మీరు గొప్పలు చెప్పుకొన్నట్టయితే అణచబడతారు. మీరు అణుకువతో ఉన్నట్టయితే గొప్ప స్థానానికి ఎత్తబడతారు." *(CEV)*

పశ్చాత్తాపం

""ఈ కథలో ప్రార్థిస్తున్న ఇద్దరు పురుషుల మధ్య యేసు వ్యత్యాసం చూపుతాడు. మాయభక్తిగలవాడు ప్రార్థిస్తున్నప్పుడు గొప్పగా భావిస్తూ, పాపుల కన్నా తాను పైనున్న వాడినని భావిస్తాడు. పన్నులు వసూలు చేసేవాడు ప్రార్థిస్తున్నప్పుడు. అతను వినయంగా వుండి, తన పాపిస్ఠి స్థితి గురించి దేవునికి వెళ్ళబోసుకుంటాడు. పన్నులు వసూలు చేసేవాడు తన ప్రార్థన ద్వారా దేవుని సంతుష్టుడిని చేసినవాడని యేసు చెప్పాను"

"పశ్చాత్తాపపడ్డం అంటే మన పాపాలని ఒప్పుకోవడం, తిరిగి అవి చేయకుండా వుండడం. పశ్చాత్తాపపడ్డవారిని దేవుడు క్షమిస్తాడు, దయతో చూస్తాడు"

పశ్చాత్తాపం

🖐అరచేతులు ముందుకు సాచి మొహం కప్పుకోవాలి; మొహం పక్కకు తిప్పుకోవాలి.

--లూకా 11:9--కనుక, నేను మీకు చెప్పేదేమంటే; అడుగుతూ వుండండి, మీకు లభిస్తుంది. వెతుకుతూ వుండండి, మీకు అది దొరుకుతుంది. తలుపు తడుతూ వుండండి, అది మీకోసం తెరుచుకుంటుంది. (HCSB)

అడగండి

““పశ్చాత్తాపంతో, స్తుతిస్తూ దేవుని సన్నిధికి చేరిన తరవాత, మనకి అవసరమైన వాటిని దేవుని అడిగేందుకు మనం సిద్ధమవుతాము. చాలా మంది తమకి కావల్సిన వాటిని కోరడంతో దేవుని ప్రార్థన ప్రారంభిస్తాడు. అది చాలా మొరటు పద్ధతి. ప్రభువు ప్రార్థన మనకి తండ్రిని (మాథ్యూ 6:9) కీర్తించడంతో ప్రారంభించి తరవాత అడగాలని ఆదేశిస్తోంది..”

అడగండి
✋ చేతులని దోసిలి పట్టండి.

-- లూకా 22:42-- “తండ్రీ! నీకిష్టమైతే ఈ గిన్నె నా నుండి తీసివేయ్యి. కాని నారవేరవలసింది నా యిచ్ఛ కాదు: నీది. అట్లే కానియ్యి.” (HCSB)

లోబడు

“శిలువ ఎక్కే విషయంలో యేసు గెత్సమనే తోటలో వేదన పడ్డాడు. అయినప్పటికీ ఆయన ఇలా చెప్పాడు, ‘నారవేరవలసింది నా యిచ్ఛకాదు, అది మీది’ మనకి కావల్సిన వాటిని దేవుని కోరిన మీదట, మనం ఆయనని వింటాం, ఆయన మన నుంచి కోరుతున్న విషయాల్ని నారవేర్చడానికి సిద్ధం అవుతాం.”

లోబడు - దేవుడు మనల్ని అడిగాడు
✋ చేతులు ప్రార్థన చేసే విధంగా ముడుచుకుని, ఎత్తుగా వుంచి, గౌరవం సూచించే విధంగా నుదుటన చేర్చాలి.

కలిసి ప్రార్థించడం

- ప్రార్థనలో నాలుగు భాగాలని, ఏకకాలంలో ఒక విభాగాన్ని ఉపయోగిస్తూ, ప్రార్థనా సమయంలో ఒక బృందానికి నాయకత్వం వహించండి.

- ‘స్తుతి’ సమయంలో బృందంలో ప్రతి ఒక్కరూ బిగ్గరగా ప్రార్థిస్తూ విభాగాలని ‘అడుగుతారు’. ‘పశ్చాత్తాప’ సమయంలో మౌనంగా ప్రార్థించి విభాగాలని ‘కోర’తారు. ‘లోబడు’ విభాగాలు.

  ““మరియు దేవుని బిడ్డలు చెప్పారు... ఆమెన్” అని నేను చెప్పినప్పుడు విభాగాలకు సమయం ముగిసినట్టు మీరు గుర్తిస్తారు.”

- ప్రార్థిస్తున్నప్పుడు వారు ప్రార్థనలో ఏ భాగాన్ని సాధన చేస్తున్నారో గుర్తుంచుకోడానికి వీలుగా అభ్యాసకులను చేతుల కదలికల్ని ఉపయోగించేలా ప్రోత్సహించండి

దేవుడు మనకి ఎలా సమాధానమిస్తాడు?

-- మాథ్యూ 20:20-22 ఆ తర్వాత జెబెదయి భార్య తన కుమారులతో కలిసి యేసు దగ్గరకు వచ్చి ఆయన ముందు మోకరిల్లి ఒక ఉపకారం చెయ్యమని కోరింది. యేసు, “నీకేం కావాలి?” అని అడిగాడు. ఆమె, “మీ రాజ్యంలో, నా ఇరువురు కుమారుల్లో ఒకడు మీ కుడిచేతివైపున, మరొకడు మీ ఎడమచేతి వైపున కూర్చునేటట్లు అనుగ్రహించండి” అని అడిగింది. యేసు, “మీరేం అడుగుతున్నారో మీకు తెలియదు. నా పాత్రలో దేవుడు కష్టాల్ని నింపాడు. నేను త్రాగటానికి సిద్ధంగా ఉన్నాను. మీరు త్రాగగలరా?” అని అడిగాడు. “త్రాగగలము” అని వాళ్ళు సమాధానం చెప్పారు.” (NLT)

వద్దు

“జేమ్సు, జాన్ తల్లి యేసును తన కుమారుకలు యేసు రాజ్యంలో ఉతగృష్టమైన స్థానాలు అనుగ్రహించమని అడిగింది. గర్వము, అధికారము ఆమెచేత అలా చేయించాయి. యేసు ఆమె అభ్యర్థనని మన్నించబోనని చెప్పను, ఎందుకంటే తండ్రికి మాత్రమే ఆ అధికారం వుందని చెప్పను. మనం తప్పుడు ఉద్దేశాలతో కోరినప్పుడు దేవుడు కుదరదు అని చెబుతాడు”

వద్దు - మనకి తప్పుడు ఉద్దేశాలు వున్నాయి.
"వద్దు" అని చెప్పే విధంగా తలని కదపండి

--యోహాను **11:11-15** ఈ విషయాలు చెప్పాక యేసు యింకా ఈ విధంగా అన్నాడు: "మన స్నేహితుడు లాజరు నిద్రపోయాడు. అతణ్ణి నిద్రనుండి లేపటానికి నేను అక్కడికి వెళ్తున్నాను." ఆయన శిష్యులు, "ప్రభూ! నిద్ర పోతే ఆరోగ్యంగా ఉంటాడు" అని అన్నారు. యేసు మాట్లాడింది అతని చావును గురించి. కాని ఆయన శిష్యులు ఆయన సహజమైన నిద్రను గురించి మాట్లాడుతున్నాడు అనుకున్నారు. అప్పుడు యేసు స్పష్టంగా, "లాజరు చనిపోయాడు. నేనక్కడ లేనిది మంచిదైంది. మీ కోసమే అలా జరిగింది. మీరు నమ్మాలని నా ఉద్దేశ్యం. ఇప్పుడు అక్కడికి వెళ్దాం" అని అన్నాడు."

మెల్లగా

"లాజరు అనారోగ్యంతో వున్నాడని యేసుకు తెలుసు, ఆయన ఇంకా ముందుగానే అక్కడికి చేరుకుని అతనికి స్వస్థత కలిగించి వుండొచ్చు. అయితే, లాజరు చనిపోయేవరకూ యేసు వేచివున్నాడు. ఎందుకంటే, ఆయన ఇంకా గొప్ప కార్యం చేయదలచుకున్నాడు - పునరుత్థానం. లాజరు తిరిగి లేస్తే అది దేవునికి మరింత తేజస్సుని తెస్తుందని, వారి నమ్మకాన్ని అది మరింత పటిస్టపరుస్తుందని యేసుకు తెలుసు. సమయం ఆసన్నం కానందున మనం కొన్నిసార్లు వేచివుండాల్సి రావచ్చు."

మెల్లగా - మనం మన సమయం కోసం కాక దేవుని సమయం కోసం వేచి వుండాల్సిన అవసరం వుంది.
వేగం తగ్గుతున్న కారులాగా చేతులని క్రిందకి వుంచండి.

--లూకా **9: 51-56** -- ఆయన పరలోకానికి వెళ్ళే సమయం దగ్గర పడసాగింది. యేసు యెరూషలేము వెళ్ళాలని గట్టిగా నిశ్చయించుకున్నాడు. తన దూతల్ని

తనకన్నా ముందు పంపాడు. వాళ్ళు ఆయన కోసం అన్నీ సిద్ధం చెయ్యాలని ఒక సమరయ పల్లెకు వెళ్ళారు. ఆ వూరి వాళ్ళు ఆయన యెరూషలేము వెళ్తుండటం వలన ఆయనకు స్వాగతమివ్వలేదు. ఆయన శిష్యులలో యాకోబు, యోహాను యిది చూసి యేసుతో, "ప్రభూ! వాళ్ళను నాశనం చేయుటకు ఆకాశం నుండి అగ్ని రప్పించమంటారా?" అని అడిగారు. యేసు వాళ్ళవైపు చూసి వాళ్ళను గద్దించాడు. అక్కడి నుండి వాళ్ళంతా మరొక గ్రామానికి వెళ్ళారు. (NLT)

ఎదుగు

"సమారియా గ్రామం యేసుకు స్వాగతం చెప్పనప్పుడు, యాకోబు, యోహానులు ఆయన్ని అగ్ని కురిపించి యావత్ గ్రామాన్ని నాశనం చేయమని కోరతారు, శిష్యులు జీసస్ కార్యక్రమాన్ని సరిగా అర్థం చేసుకోలేదు: ఆయన ప్రజల్ని కాపాడేందుకు వచ్చాడు, వారికి నష్టపరిచేందుకు కాదు.శిష్యులుఇంకా ఏదైనా చేసేదిశగా ఎదుగుతున్నారు! సరిగ్గా అదే విధంగా, మనకి నిజంగా అవసరం లేని విషయాల్ని లేదా మనల్ని ప్రమాదంలో పడవేసే విషయాల్ని మనం దేవుని కోరినప్పుడు లేదా మన జీవితాల కోసం దేవుని కార్యక్రమానికి అనుగుణంగా లేనప్పుడు, దేవుడు వాటిని అనుగ్రహించడు. మనం ఇంకా ఎదగాలని ఆయన చెబుతాడు"""

ఎదుగుట - ఒక ప్రాంతంలో మనం ముందుగా ఎదగాలని దేవుడు కోరుకుంటాడు.
✋ ఒక మొక్కని పెంచుతున్నట్టు చేతులని వంచాలి.

-- యోహాను 15:7 --మీరు నాలో, నా ఉపదేశాలు మీలో ఉంటే మీరు మీకిష్టమైన దేన్నైనా అడగండి. అది మీకిస్తాను. కోరింది జరుగుతుంది! (NLT)

వాళ్ళండి

> "మనం యేసును అనుసరించి, ఆయన వాక్యాలకు అనుగుణంగా జీవించినప్పుడు, మనకి కావల్సినవి అనుగ్రహించాల్సిందిగా మనం ఆయన్ని కోరవచ్చు, ఆయన వాటిని ఇస్తాడని భరోసాగా వుండొచ్చు. దేవుడు చెబుతాడు, "అవును! వాళ్ళండి! మీకు అవి దక్కుతాయి!" అని"

వాళ్ళు - మనం ఆయన ఇచ్ఛకు అనుగుణంగా ప్రార్థించాం, అందుకే ఆయన "అవును" అని అనుగ్రహించాడు.
"అవును" అన్నట్టు సంజ్ఞ చేస్తూ తల ఊపాలి, "వాళ్ళు" అన్న సంజ్ఞగా చేతులని ముందుకు ఊపాలి..

జ్ఞాపక వాక్యాలు

*-- లూకా **11:9**-- కనుక, నేను మీకు చెప్పేదేమంటే; అడుగుతూ వుండండి, మీకు లభిస్తుంది. వెతుకుతూ వుండండి దొరుకుతుంది. తలుపు తడుతూ వుండండి, అది మీకోసం తెరుచుకుంటుంది. (HCSB)*

- ప్రతి ఒక్కరూ నిలుచుని ఈ జ్ఞాపక వాక్యాన్ని పదిలార్లు కలిసికట్టుగా చెప్పాలి. మొదటి ఆరుసార్లూ అభ్యాసకులు బైబిల్ ను లేదా విద్యార్థి నోట్లును ఉపయోగించవచ్చు. చివరి నాలుగు సార్లు, వారు జ్ఞాపకంపెట్టుకుని చెప్పాల్సి వుంటుంది. అభ్యాసకులు ఈ వాక్యాలని వల్లిస్తున్నప్పుడు వాటి సంబంధాన్నికూడా చెప్పి, ముగించిన తరవాత కూర్చోవాలి.

- దీనివల్ల సాధన విభాగంలో ఎవరు పాఠాన్ని పూర్తి చేశారో శిక్షకులు తెలుసుకునేందుకు వీలవుతుంది

సాధన

- ఈ విభాగం కోసం అభ్యాసకులని తమ ప్రార్థనా భాగస్వాములకు ఎదురుగా కూర్చోవల్సిందిగా కోరండి. భాగస్వాములు ఒకరి తరవాత ఒకరుగా పాఠం చెప్పుకుంటారు.

  "ఆ జోడీలో పొట్టి వ్యక్తి నాయకుడు అవుతారు"

- పేజీ 21లో వున్న శిక్షకుల శిక్షణా క్రమాన్ని పాటించండి.

- సరిగ్గా మీరు చేసిన విధంగానే "అధ్యయన" విభాగంలో వున్న ప్రతిదాన్ని కూడా బోధించాల్సిందిగా వారికి నొక్కి చెప్పండి.

  "బైబిలు వాక్యాలని కలిసి చదవండి, ప్రశ్నలు అడగండి, నేను మీతో ఎలా చేశానో అదే విధంగా ప్రశ్నలకు జవాబులు చెప్పండి."

- అభ్యాసకులు ఒకరికొకరు శిక్షణ ఇచ్చుకోవడం సాధన చేసిన తరవాత, వారిని కొత్త భాగస్వామిని వెతుక్కుని వారితో తిరిగి సాధన చేయాల్సిందిగా కోరండి. ఈ శిక్షణా కార్యక్రమానికి వెలుపల ఈ పాఠాన్ని చెప్పడానికి ఎవరైనా వున్నారాని ఆలోచించమని అభ్యాసకులని కోరండి.

  "ఈ శిక్షణా కార్యక్రమానికి వెలుపల మీరు ఈ పాఠాన్ని ఎవరికి చెప్పగలరో కొద్ది క్షణాలు ఆలోచించండి. పాఠం మొదటి పేజీ పైన ఆ వ్యక్తి పేరును రాసి వుంచండి"

ముగింపు

దేవుని ఫోన్ నెంబరు మీకు తెలుసా

"మీకు దేవుని ఫోన్ నెంబరు తెలుసా? అది 3-3-3."

--ఇర్మీయా *33:3* -- "ఓ యూదా, నన్ను ప్రార్థించు. నేను నీకు జవాబిస్తాను. నేను నీకు అతి ముఖ్యమైన

రహస్యాలను తెలియజేస్తాను. అవి నీవు ముందెన్నడూ విని ఎరుగవు. *(NASB)*

“మీరు ప్రతి రోజూ ఆయనన్ని తప్పక పిలవండి. ఆయన మిమ్మల్ని వినడానికి వేచివున్నాడు, తన బిడ్డలతో మాట్లాడడం ఆయనకి చాలా ఇష్టం!”

రెండు చేతులూ – పది వేళ్ళు

- రెండు చేతులూ పైకి ఎత్తండి.

  “రెండు రకాల వ్యక్తులు వుంటారు, వారికోసం మనం ప్రతి రోజూ ప్రార్థించాల్సి వుంటుంది: విశ్వాసులు, అవిశ్వాసులు.

  “మనం విశ్వాసుల కోసం ప్రార్థిస్తాము, వారు యేసుని అనుసరించి, అదే విధంగా ఇతరులకు శిక్షణ ఇస్తారు. అవిస్వాసులకోసం మనం ప్రార్థిస్తాం, వారికి యేసు దక్కుతారు.”

- ఇంకా విశ్వశించకుండా ఉన్న ఐదుగురు వ్యక్తులని కుడి చేతిపై లెక్కపెట్టమని అభ్యాసకుల్ని ప్రోత్సహించండి. వారు యేసు అనుయాయులుగా మారేందుకు వారికోసం ప్రార్థించేందుకు సమయం వెచ్చించండి.

- మరోపక్క ఎడమచేతిలో, యేసుని అనుసరించేందుకుగాను, తమకి తెలిసిన విశ్వాసులను కూడా లెక్కలోకి తీసుకోవాలి. ఈ విశ్వాసులు యేసుని మనస్ఫూర్తిగా అనుసరించేలా వారికోసం ప్రార్థించేందుకు సమయం వెచ్చించండి.

5

విధేయత

విధేయత అభ్యాసకులని యేసుకి సేవకులుగా పరిచయం చేస్తుంది: సేవకులు ప్రజలకు సేవచేస్తారు: వారి మనసు వినయంతో నిండివుంటుంది, వారు తమ గురువుకి విధేయులుగా వుంటారు. సరిగా అదే విధంగా, యేసు తన తండ్రిని సేవించి, అనుసరించాడు, ఇప్పుడు మనం యేసుని సేవించి, అనుసరిద్దాం. పూర్తి అధికారం వున్న వ్యక్తిగా, అనుసరించేందుకుగాను ఆయన మనకి నాలుగు ఆజ్ఞలు ఇచ్చాడు: వెళ్ళు, శిష్యులని తయారు చేయి, బాప్టయిజ్ చేయి, అందరకీ విధేయులుగా వుండేలా శిక్షణ ఇవ్వండి అని ఆయన ఆజ్ఞాపించాడు. తాను ఎల్లప్పుడూ మనతోనే వుంటాననికూడా యేసు మనకి వాగ్దానం చేశాడు. యేసు మనకి ఆజ్ఞ ఇచ్చినప్పుడు, మనం దాన్ని ఎల్లవేళలా, వెనువెంటనే, ప్రేమపూర్వక హృదయంతో తప్పనిసరిగా పాటించాలి.

ప్రతిఒక్కరి జీవితంలోనూ తుఫానులు వస్తాయి, కాని తెలివైన వాడు యేసు ఆత్రలని అనుసరించి తన జీవితాన్ని నిర్మించుకుంటాడు; తెలివితక్కువవాడు అలా చేయడు. ఆఖరుకు, అభ్యాసకులు కార్యకములు 29 మ్యాప్ ను ప్రారంభించి, వారి పంటపొలం తాలూకు చిత్రం, దాన్ని శిష్య సదస్సు ముగింపు సందర్భంగా ప్రదర్శిస్తారు.

స్తోత్రం

- దేవుని ఉనికి, ఆశీర్వాదాల కోసం ప్రార్థించమని ఎవరినైనా అడగండి.
- కలిసి రండి బృందగీతాలు లేదా స్తోత్రాలు పాడమనండి.

ప్రార్థన

- ఇంతకు ముందు భాగస్వాములుగా లేని వారితో అభ్యాసకులని జోడీలుగా ఏర్పాటు చేయండి.

- ఈ క్రింది ప్రశ్నలకు ప్రతి అభ్యాసకుడూ జవాబులని తమ భాగస్వాములతో పంచుకోవాలి:

    1. దారితప్పి, రక్షించాల్సిన వారికోసం మనం ఎలా ప్రార్థించగలం?

    2. మీరు శిక్షణ ఇస్తున్న బృందం కోసం మనం ఎలా ప్రార్థించగలం?

- ఒకవేళ భాగస్వామి ఇంతవరకూ ఎవరికీ శిక్షణ ఇవ్వడం ప్రారంభించకపోతే గనగ, వారి ప్రభావ పరిధిలో వుండి, శిక్షణ ఇవ్వడం ప్రారంభించగలిగే అవకాశం వున్న వ్యక్తుల కోసం ప్రార్థించండి.

- భాగస్వాములు కలిసి ప్రార్థించాలి.

అధ్యయనం

అల్లరి కోడిపిల్లల్లా చేయండి!

"ఈ రోజు నేను ఒకటి చేయబోతున్నాను, దాన్ని మీరు ఎప్పటికీ మరవలేరని ఆశిస్తాను. చుట్టూ గుండ్రంగా నిలబడి నా వైపు చూడండి. నేను చేసే ప్రతిదాన్నీ మీరూ అనుకరించమని కోరుతున్నాను"

- మొదటిసారి, అందరూ సులువుగా అనుకరించగలిగేలా చేతులతో సాధారణ భంగిమల్ని చూపండి. ఉదాహరణకు, ఆవలింత, బుగ్గమీద తట్టడం, మోచేతులు రుద్దుకోవడం వంటివి. అందరూ సులువుగా చేయగలిగేలా మీరు వాటిని తాపీగా, మామూలుగా చేయాలి.

"నన్ను అనుకరించడం సులువుగానే వుందా, ఎందువల్ల లేదా ఎందువల్ల కాదు?

"నన్ను అనుకరించడం చాలా సులువు, ఎందుకంటే, నేను ప్రతిదాన్నీ సులువుగా చేశాను. ఇక ఇప్పుడు, మీరు నన్ను మళ్ళీ అనుకరించండి. ప్రతిదాన్నీ నేను ఎలా చేశానో సరిగ్గా అలాగే చేయండి."

- రెండవసారి, అల్లరి కోడిపిల్లల్లా గెంతడం, జాన్ ట్రవోల్టా లాగా డిస్కో చేయడం, నక్కలాగా పొంచి నడవడం అన్నీ కలిపొచ్చేలా కదలికల్ని చేయండి.

- ఇవన్నీ కలిపి, మీదైన ఓ తిక్కతిక్క నృత్యాన్ని తయారు చేసుకోండి, దీంతో దాన్ని అనుకరించేందుకు కష్టం అవుతుంది. కొంత మంది మిమ్మల్ని అనుకరించేందుకు ప్రయత్నిస్తారు, కానీ చాలా మంది మాత్రం నవ్వేసి ఇది అనుకరించడం అసాధ్యమని చెబుతారు.

"ఈసారి నన్ను అనుకరించడం సులువైందా? ఎందువల్ల లేదా ఎందువల్ల కాదు?

"సులువుగా తిరిగి చెప్పగలిగే, చేయగలిగే పాఠాన్ని మేం మీకు బోధిస్తున్నాం. మేం మీకు ఈ విధంగా పాఠం నేర్పించగలిగినప్పుడు, మీరుకూడా ఇతరులకి శిక్షణ ఇవ్వగలరు. ఒక పాఠం చాలా క్లిష్టంగా వున్నప్పుడు, ఇక దాన్ని ఇతరులతో పంచుకోవడం కష్టం అవుతుంది. యేసు నేర్పించిన పద్ధతిలో మీరు నేర్చుకున్నట్టయితే, మీకు అది అర్థమవుతుంది. ప్రజలు సులువుగా గుర్తుంచుకుని, ఇతరులకి చెప్పగలిగేలా ఆయన సులువైన పాఠాలనే మనతో పంచుకున్నారు. మనం ఇతరులకి శిక్షణ ఇస్తున్నప్పుడు మేం యేసు పద్ధతినే అనుకరించాలని కోరుకుంటున్నాం."

సమీక్ష

ప్రతి రివ్యూ కార్యక్రమం ఒకేవిధంగా వుంటుంది. అభ్యాసకుల్ని లేచి నిలుచుని అంతకుముందు నేర్చుకున్న పాఠాన్ని వల్లించమని కోరండి. వారు తప్పనిసరిగా చేతుల భంగిమల్ని ప్రదర్శించేలా కూడా చూడండి.

ఏ ఎనిమిది చిత్రాలు జీసస్ ను అనుసరించేందుకు మనకి దోహదం చేస్తాయి?

సైనికుడు, అన్వేషకుడు, గొర్రెలకాపరి, విత్తేవాడు, కుమారుడు, దేవదూత, సేవకుడు, సారథి

బహూళంచేయండి

కార్యదక్షుడు చేసే మూడు పనులు ఏమిటి?

దేవుడు మానవునికి ఇచ్చిన తొలి ఆదేశం ఏమిటి?

యేసు మానవునికి ఇచ్చిన ఆఖరి ఆదేశం ఏమిటి?

నేను ఎలా ఫలవంతంగా వుండి విస్తరించగలను?

ఇజ్రాయిల్ లో వున్న రెండు సముద్రాల పేర్లు ఏమిటి?

అవి ఎందుకు అంత భిన్నంగా వుంటాయి?

మీరు వీటిలో దేనిలాగా వుండదల్చుకున్నారు?

ప్రేమ

గొర్రెల కాపరి చేసే మూడు పనులు ఏమిటి?

ఇతరులకి బోధించే అత్యంత ముఖ్యమైన ఆజ్ఞ ఏమిటి?

ప్రేమ ఎక్కడి నుంచి వస్తుంది?

నిరాడంబర ఆరాధన అంటే ఏమిటి?

మనకి నిరాడంబర ఆరాధన ఎందుకు వుంది?

నిరాడంబర ఆరాధన నిర్వహించడానికి ఎంత మంది అవసరం అవుతారు?

ప్రార్థన

దేవదూత చేసే మూడు విషయాలు ఏమిటి?

మనం ఎలా ప్రార్థించాలి?

దేవుడు మనకి ఎలా జవాబు చెబుతారు?

దేవుని ఫోన్ నెంబరు ఏమిటి?

యేసు ఎలా వుంటారు?

--మార్క్ *10:45*-- ఎందుకంటే మనుష్యకుమారుడు కూడా సేవ చేయించుకోవటానికి రాలేదు. కాని సేవ చేయటానికి, అందరి పక్షాన తన ప్రాణాన్ని క్రయధనంగా ధారపోయటానికి వచ్చాడు" అని అన్నాడు. *(NLT)*

"యేసుఒకసేవకుడు.తనజీవితాన్నిమానవాళికిఅర్పించడం ద్వారా తన తండ్రికి సేవచేయాలనే కోరికకలిగిన వాడు."

సేవకుడు

✋ సుత్తితో కొట్టినట్టు ఊహించండి

సేవకుడు చేసే మూడు విషయాలు ఏమిటి?

--ఫిలిప్పీయులకు *2:5:8* -- యేసు క్రీస్తులో ఉన్న మనస్సును పెంచుకోండి. ఆయన దేవునితో సమానము. అయినా ఆయన ఆ స్థానాన్ని పట్టుకొని కూర్చోవాలనుకోలేదు. ఆయన అంతా వదులుకొన్నాడు. మానవ రూపం దాల్చి సేవకునివలె ఉండటానికి వచ్చాడు. మానవుని వలె కనిపిస్తూ, వినయంగా వుంటూ, మరణాన్ని కూడా విధేయతగా అంగీకరించి, సిలువపై మరణించాడు.!

1. సేవకులు ఇతరులకు సాయం చేస్తారు.

"మనం దేవుని కుటుంబంలోకి తిరిగి చేరేలా సాయం చేయడం కోసం యేసు శిలువమీద మరణించాను."

2. సేవకులకు పెద్ద మనసు వుంటుంది.

3. సేవకులు వారి యజమానులకి విధేయంగా వుంటారు.

"యేసు తన తండ్రికి విధేయంగా వున్నారు, మనం మన గురువుకి విధేయంగా వుండాలి.."

"మన పాపాల కోసం యేసు శిలువపై మరణించడం ద్వారా మనకి సాయం చేశాడు. ఆయన తనకితానుగా ఎప్పుడూ వినయంగానే వుంటూ తన తండ్రికి విధేయంగా వున్నారు. యేసు ఒక సేవకుడు, ఎప్పుడూ మనలోనే జీవిస్తాడు. ఆయన్ని అనుసరించే క్రమంలో, మనంకూడా సేవకులము అవుతాము. మనం ఇతరులకి సాయం చేస్తాం, పెద్ద మనసు కలిగివుంటాం. మన గురువుకి విధేయంగా వుంటాం - యేసు"

ఈ ప్రపంచంపై అత్యున్నతాధికారం ఎవరిది?

--మత్తయి 28:18-- అప్పుడు యేసు వాళ్ళ దగ్గరకు వచ్చి, "పరలోకంలో, భూమ్మీదా అధికారమంతా దేవుడు నాకిచ్చాడు."

"స్వర్గంలోనూ, భూమిపైనాకూడా యేసుదే అత్యున్నతాధికారం. మన భాగస్వాములు, బోధకులు, ప్రభుత్వ అధికారుల కన్నాకూడా ఆయనకి అత్యున్నతాధికారం వుంది. వాస్తవానికి, ఈ భూప్రపంచంలో అందరినీ కలిపినాసరే, మొత్తం వారందరికన్నా కూడా ఆయనకి ఇంకా ఎక్కువ అధికారం వుంది. ఆయనకి అత్యున్నతాధికారం వున్నందున, ఆయన ఒక ఆజ్ఞ ఇచ్చినప్పుడు, అందరికన్నా ముందుగా మనం దానికి విధేయంగా వుండి, ఆచరించాలి"

ప్రతి విశ్వాసికి యేసు ఇచ్చిన నాలుగు ఆజ్ఞలు ఏమిటి?

--మత్తయి 28:19-20ఎ -- అందువల్ల అన్ని దేశాలకు వెళ్ళి, వాళ్ళను శిష్యులుగా చేయ్యండి. తండ్రి పేరిట, కుమారుని పేరిట, పవిత్రాత్మ పేరిట వాళ్ళకు బాప్తిస్మము యివ్వండి. నేను మీకు ఆజ్ఞాపించిన వన్నీ వాళ్ళను ఆచరించమని బోధించండి. నేను అన్ని వేళలా ఈ యుగాంతం దాకా మీ వెంట ఉంటాను" అని అన్నాడు.

వెళ్ళు

- వేళ్ళని ముందుకి కదపండి "నడవడం."

శిష్యులని తయారు చేయడం

- సాధారణ ఆరాధనలోని నాలుగు చేతి భంగిమలని ఉపయోగించండి: స్తోత్రం, ప్రార్థన, అధ్యయనం, సాధన.

వారికి బాప్టిజం చేయండి

- మీ చేతిని ఇంకో ముజేతిపై పెట్టండి; ఎవరినో బాప్టైజ్ చేస్తున్నట్టు ఆ మోచేతిని ముందుకు వెనక్కి కదపండి

ఆయన ఆజ్ఞలని పాటించడం వారికి నేర్పండి

- మీరు ఏదో పుస్తకం చదువతున్న రీతిలో మీ రెండు చేతులని ఒకచోటికి చేర్చండి, తరవాత మీరు జనాలకి బోధిస్తున్న విధంగా ఆ "పుస్తకాన్ని" ముందుకూ వెనక్కూ కదల్చండి.

మనం యేసుకి ఏ విధంగా విధేయులుగా వుండాలి?

"దేవుడు మనవద్ద నుంచి కోరుకుంటున్న విధేయతని కళ్ళకు కట్టేలా వివరించే మూడు కథలని మీతో పంచుకోవాలని నేను అనుకుంటున్నాను. దయచేసి జాగ్రత్తగా వినండి, అలా వింటే మీరు వాటిని మీ భాగస్వామికి కొద్ది నిముషాల్లో తిరిగి చెప్పగలుగుతారు."

ఎల్లవేళలా

"సంవత్సరంలో ఒక్క మాసంతో తప్ప మిగతా అన్ని మాసాల్లోనూ తాను విధేయుడిగా వుంటానని ఒక కొడుకు, తన తండ్రితో చెప్పాడు. ఆ ఒక్క మాసం మాత్రం తన ఇష్టం వచ్చినవి (మద్యం సేవించడం, బడి ఎగ్గొట్టడం వంటివి) చేస్తానని కూడా చెప్పాడు. ఆ తండ్రి ఏం చెప్పి వుంటాడని మీరు భావిస్తున్నారు?

"అదే కుర్రాడు తన తండ్రితో ఇలా చెప్పాడు, 'సంవత్సరంలో ప్రతి వారం మీకు విధేయుడిగా వుంటాను, కాని ఒక్క వారం తప్ప ఆ వారం మాత్రం నా చిత్తం వచ్చినవి (మాదకద్రవ్యాలు సేవించడం. ఇంటినుంచి పారిపోవడం వంటివి) చేస్తాను' అని. ఆ తండ్రి ఏం చెప్పాడని మీరు అనుకుంటున్నారు?

"అప్పుడు, ఆ కుర్రాడు ఇలా చెప్పాడు, 'సంవత్సరంలో అన్ని రోజుల్లోనూ మీకు విధేయుడిగా వుంటాను, ఒక్క రోజు తప్ప. ఆ రోజు మాత్రం నేను నాకు కావాలనుకున్నవి (పెళ్ళి చేసుకోడం, ఎవరినో ఖూని చేయడం వంటివి) చేస్తాను' అని. ఆ తండ్రి ఏం చెప్పి వుంటాడని మీరు అనుకుంటున్నారు?

"మా బిడ్డలు మాకు ఎల్లవేళలా విధేయులుగా వుండాలని మేం ఆశిస్తాం. అదే విధంగా, యేసు ఒక ఆజ్ఞ ఇచ్చినట్టయితే, అన్ని వేళలా దాన్ని పాటించాలని ఆయన ఆశిస్తారు"

ఎల్ల వేళలా
✋మీ కుడి చేతిని ఎడమ పక్క నుంచి కుడిపక్కకి కదపండి

వెనువెంటనే

"అమ్మని అమితంగా ప్రేమించిన ఓ బాలిక వుండేది. ఆమె తల్లి తీవ్ర అనారోగ్యంపాలై చనిపోబోతోంది. ఆ తల్లి కూతురుని ఇలా అడిగింది, 'దయచేసి, కొంచెం మంచినీళ్ళు ఇవ్వగలవా' అని. కూతురు, 'ఆఁ, నేను ఇస్తాను...(కొద్ది సేపు ఆగి) వచ్చేవారు.' అని జవాబు చెప్పింది. ఆ తల్లి ఏం చెప్పి వుంటుందని మీరు భావిస్తున్నారు?

"మనం మన పిల్లలు మనం చెప్పినది వెంటనే విని అలా చేయాలని ఆశిస్తాం, అంతేకాని వారి సౌకర్యం అనుసరించికాదు. అదే విధంగా, యేసు మనకి ఓ ఆదేశం ఇచ్చినప్పుడు, వెనువెంటనే దాన్ని మనం ఆచరించాలని ఆశిస్తాడు. అంతేకాని ఎప్పుడో భవిష్యత్తులోకాదు."

వెనువెంటనే
✋ చేతులని ముక్కలు చేస్తున్నట్టు పైనుంచి క్రిందకి కదపండి

ప్రేమపూర్వక హృదయం నుంచి

"పెళ్ళి చేసుకోవాలనుకుంటున్న ఓ యువకుడు ఉండేవాడు. అతని ప్రతి ఆదేశాన్ని ఆచరించి విధేయంగా వుండే ఒక రోబోట్‌నుతయారుచేసిస్తానని అతనికి చెప్పాను. అతను పని నుంచి ఇంటికి తిరిగి రాగానే, ఆ రోబోట్ 'నువ్వు చాలా కష్టజీవివి, నేను నిన్ను చాలా ప్రేమిస్తున్నాను' అని చెబుతుంది. ఒకవేళ అతను తన రోబోట్ భార్యతో ఏదైనా చేయమని చెప్పినా అది 'తప్పకుండా, ప్రియా, ఈ ప్రపంచంలో నువ్వే గొప్పమగాడివి' అనికూడా అంటుంది. నా స్నేహితుడు ఇలాంటి భార్య గురించి ఏం అనుకుంటాడని మీరు భావిస్తున్నారు? (రోబోట్ ఏం చేస్తుందో చెప్పినప్పుడు రోబోట్ ను అనుకరించండి.)

> “ప్రేమ నిజమైన హృదయం నుంచి రావాలని మేం కోరుకుంటాం, అంతేకాని ప్రోగ్రామ్ చేసిపెట్టిన రోబోట్ నుంచి కాదు. మాకు నిజమైన ప్రేమ కావాలి. అదే విధంగా, దేముడుకూడా మనల్ని హృదయపూర్వకంగా విధేయత ప్రకటించమని కోరతారు.”

ప్రేమ నిండిన మనసు నించి

గుండెలపై చేతులు అడ్డంగా పెట్టుకోండి, తరవాత దేవుని స్తుతిస్తూ చేతులు పైకి ఎత్తండి.

- మూడు చేతుల భంగిమలని పలుమార్లు సమీక్ష చేయండి:

> “యేసు మనల్ని ఆయనకి ఎల్లవేలలా విధేయంగా వుండాలని కోరుతున్నారు: ఎల్లవేళలా, వెనువెంటనే, ప్రేమనిండిన హృదయంతో.”

> “యేసు ప్రతి విశ్వాసికి నాలుగు ఆజ్ఞలు ఇచ్చారు, వాటిని మనం ఎలా ఆచరిస్తాం?”

ఆయన మనకి వెళ్ళు అని ఆజ్ఞాపించాడు.

ముందుకు “నడుస్తున్నట్టు” చేతుల వేళ్ళని కదపండి

మనం ఎలా విధేయత చూపాలి?

> “ఎల్లవేళలా, వెనువెంటనే, ప్రేమపూర్వకమైన హృదయంతో”

శిష్యులని తయారు చేయాలని ఆయన మనకి ఆజ్ఞ ఇచ్చాడు

సాధారణ ఆరాధనలోని మొత్తం నాలుగు చేతి భంగిమల్ని ఉపయోగించండి: స్తుతి, ప్రార్థన, అధ్యయనం, సాధన

మనం ఎలా విధేయంగా వుండాలి?

"ఎల్లవేళలా, వెనువెంటనే, ప్రేమపూర్వక హృదయంతో"

బాప్టిజం కోసం ఆయన మనకి ఆజ్ఞ ఇచ్చాను

✋ కుడి మోచేయి మీ ఎడమ అరచేతిలో పెట్టుకోండి. కుడి చేతిని వనక్కి తరవాత ముందుకు కదపండి.

మనం ఎలా విధేయంగా వుండాలి?

"ఎల్లవేళలా, వెనువెంటనే, ప్రేమపూర్వక హృదయంతో"

తన ఆజ్ఞలని పాటించడాన్ని వారికి నేర్పించమని ఆయన మనకి ఆజ్ఞ ఇచ్చారు.

✋ పుస్తకం చదువుతున్న విధంగా చేతులని దగ్గరగా పెట్టండి, తరవాత ఆ "పుస్తకాన్ని" ప్రజలకు బోధిస్తున్న విధంగా ముందుకు, వెనక్కు ఓ అర్థ వృత్తంలో కదపండి.

మనం ఎలా విధేయంగా వుండాలి?

"ఎల్లవేళలా, వెనువెంటనే, ప్రేమపూర్వక హృదయంతో"

ప్రతి విశ్వాసికీ యేసు చేసిన వాగ్తానం ఏమిటి?

--మత్తయి *28:20*బి —"మరియు, తప్పకుండా నేను అన్ని వేళలా ఈ యుగాంతం దాకా మీ వెంట ఉంటాను".

"యేసు ఎప్పుడూ మనతోనే వుండాను. ఇప్పుడూ ఆయన మనదగ్గరే ఇక్కడే వున్నాడు."

జ్ఞాపక వాక్యం

--యోహాను 15:10 -- నేను నా తండ్రి ఆజ్ఞలకు లోబడి ఆయన ప్రేమలో నిలిచియున్నట్లుగా మీరు నా ఆజ్ఞలకు లోబడినట్లైతే నా ప్రేమలో నిలిచియుంటారు. (NLT)

- ప్రతిఒక్కరూ నిలబడి, జ్ఞాపకవాక్యాన్ని పదిసార్లు కలిసి చెప్పాలి. మొదటి ఆరుసార్లు, అభ్యాసకులు తమ బైబిల్ లేదా విద్యార్థి నోట్స్ ను ఉపయోగించవచ్చు. చివరి నాలుగుసార్లు, వారు వాక్యాన్ని జ్ఞాపకం నుంచి చెప్పాలి. తాము వాక్యం చెప్పడానికి ముందు ప్రతిసారి అభ్యాసకులు సూచన చెప్పాలి. పూర్తయ్యాక కూర్చోవాలి.

- ఇది 'అభ్యాస' విభాగంలోని పాఠం పూర్తయినట్టు అభ్యాసకులకు తెలియడానికి సహాయపడుతుంది.

సాధన

- ఈ సెషన్ లో అభ్యాసకులు తమ ప్రార్థనా భాగస్వామికి అభిముఖంగా కూర్చోవాలని చెప్పండి. ఒకరి తర్వాత ఒకరుగా భాగస్వాములు పాఠాలను బోధించుకోవాలి.

"జోడీలో పొడుగాటి వ్యక్తి నాయకుడు అవుతాడు"

- 21వ పేజీలోగల శిక్షకులకు శిక్షణ ప్రక్రియను అనుసరించాలి.

- అధ్యయనవిభాగంలోప్రతిదాన్నిసరిగ్గామీరుచెప్పిన విధంగానే వారు బోధించాలని మీరు కోరుకుంటున్నట్టు గట్టిగా చెప్పాలి.

"ప్రశ్నలు అడగండి, పవిత్ర గ్రంథాన్ని కలిసి చదవండి, నేను మీ విషయంలో చేసినట్టే ప్రశ్నలకు సమాధానాలివ్వండి."

- అభ్యాసకులు ఒకరికొకరు శిక్షణ ఇచ్చుకోవడం సాధన చేసిన తరవాత, కొత్త భాగస్వామిని ఎంచుకుని తిరిగి సాధనచేయమని కోరండి. శిక్షణ వెలుపల తాము ఈ పాఠాన్ని పంచుకోగలిగిన వ్యక్తుల గురించి అభ్యాసకులు ఆలోచించాలి.

  "ఈ శిక్షణకు వెలుపల ఈ పాఠాన్ని నేర్పించగలిగిన వ్యక్తుల గురించి ఆలోచించేందుకు కొద్ది క్షణాలు వెచ్చించండి. పాఠం మొదటి పేజీ పైన ఆ వ్యక్తి పేరుని వారు రాయాలి."

ముగింపు

నిజమైన పునాదిపై నిర్మించడం

- తదుపరి స్కిట్ కోసం కార్యకర్తలకు చెప్పండి: ఇద్దరు స్కిట్ వేయడానికి, ఒకరు కథకుడుగా కావాలి. స్కిట్ వేస్తున్న ఇద్దరు కార్యకర్తలని మీ ముందున ఉంచుకోండి, కథకుడైన కార్యకర్తని బయట ఉంచండి. ఈ స్కిట్ ప్రదర్శిస్తున్న ఇద్దరు కార్యకర్తలూ పురుషులై ఉండాలి.

- కథకుడిని మాథ్యూ 7:24-35 చదవమని కోరండి

  "తెలివైన వాడు తన ఇంటిని బండపై నిర్మించుకొనెను."

  -- మత్తయి 7:24, 25 -- అందువల్ల నా మాటలు విని వాటిని ఆచరించే ప్రతి ఒక్కడూ బండపై తన యింటిని కట్టుకొన్న వానితో సమానము. ఆ ఇల్లు రాతి బండపై నిర్మించబడింది. కనుక వర్షాలు పడి, వరదలు వచ్చి తుఫాను గాలులు వీచి ఆ యింటిని కొట్టినా ఆ యిల్లు పడిపోలేదు. (CEV)

- వ్యాఖ్యాత ఈ పంక్తులు చదివిన తరవాత, తొలి వాలంటీర్ తలపై నీళ్ళుపోస్తూ, గాలి వీస్తున్న శబ్ధం చేస్తూ, తెలివైనవాడికి ఏం జరిగిందో వివరించండి.

- స్కిట్ వేయడానికి ముందే దగ్గరలో ఆ నీళ్ళ సీసాని దాచండి.

- కథకుడిని మాథ్యూ 7:26-37 చదవమని కోరండి

"తెలివితక్కువవాడు ఇంటిని ఇసుకపై నిర్మించాను."

--మత్తయి 7:26-27 --కానీ నా మాటలు విని వాటిని ఆచరించని ప్రతి ఒక్కడూ యిసుకపై తన యింటిని నిర్మించుకొన్న మూర్ఖునితో సమానము. వర్షాలు వచ్చి, వరదలు వచ్చి, తుఫాను గాలులు వీచి ఆ యింటిని కొట్టాయి. ఆ యిల్లు కూలి నేలమట్టమైపోయింది" దాని పతనం భయంకరమైనది. (CEV)

- కథకుడు ఇలా చెప్పిన తరవాత, రెండో కార్యకర్త తలపై నీళ్ళు పోస్తూ గాలివీస్తున్న శబ్ధం చేస్తూ, తెలివితక్కువ వాడికి ఏం జరిగిందో వివరించండి. చివర్లో మీరు "ఇంతా చేస్తే ఆ ఇల్లు కూలిపోయింది" అని మీరు చెప్పగానే, అతను క్రింద పడిపోవాలి.

"మీరు యేసు ఆజ్ఞలని పాటించినప్పుడు, మనం తెలివైన వాడిలాగా ప్రవర్తించినట్టు. మనం ఆయన ఆజ్ఞలని పాటించనప్పుడు, మనం తెలివితక్కువారిలాగా చేసినట్టు. మనం శిక్షణ ఇస్తున్న వ్యక్తులు యేసు ఆజ్ఞలకి నిబద్ధులై జీవితాన్ని కొనసాగిస్తారని మనం నిర్ధారించుకోవాలి. జీవిత కష్టాల్లో ఆయన వాక్యాలు బలమైన పునాదిలా పనిచేస్తాయి.."

కార్యాలు 29 మాప్ – 1వ భాగం

- "నిజమైన పునాది" స్కిట్ తరవాత, ప్రతి అభ్యాసకునికి ఓ పోస్టర్ కాగితం ముక్క, పెన్ను, పెన్సిల్, రంగు పెన్సిళ్ళు, క్రయాన్లు, మార్కర్లు మొదలైనవి ఇవ్వండి.

- దేవుడు అతన్నిలేదా ఆమెని ఎక్కడైతే పిలుస్తున్నాడో ఆ ప్రాంతం తాలూకు మ్యాప్ ను ప్రతి ఒక్కరూ గీయాలని వారికి వివరించండి. ఈ శిక్షణ కార్యక్రమం జరుగుతున్న కాలంలో పలుమార్లు వారు వారి మ్యాప్ లను గీస్తారు. వారు వీటితో సాయంకాలాలుకూడా పనిచేయవచ్చు. ప్రపంచంలోకి వెళ్ళేందుకు యేసు ఆజ్ఞలకు వారి విధేయతని ఈ మ్యాపులు చూపిస్తాయి.

- దేవుడు వారికి వెళ్ళమని చెప్పిన ప్రదేశం వుండే మ్యాపు గీయమని అభ్యాసకులని కోరండి. వారి మ్యాప్ లో రోడ్లు, నదులు, పర్వతాలు, కొండగుర్తులు, వంటివి వుంటాయి. ఒకవేళ అభ్యాసకులు దేవుడు వారిని ఎక్కడకి పిలుస్తున్నాడో తెలియకపోతే, తాము ఎక్కడ నివశిస్తున్నారు, పనిచేస్తున్నారు, తమకి ముఖ్యమైన వ్యక్తులు నివశిస్తున్న ప్రాంతాలు వుండే మ్యాప్ లు గీయాల్సిందిగా వారిని కోరండి. ఇది ఓ అద్భుతమైన ప్రారంభం.

మ్యాప్ లో వుండదగిన గుర్తులు

ఇల్లు

ఆస్పత్రి/క్లినిక్

దేవాలయం

చర్చి

గృహ చర్చి

మిలిటరీ బేస్

మసీదు

బడి

బజారు

అభ్యాసకులు ఈ క్రిందివి పాటించినప్పుడు మెరుగైన మ్యాపులు గీయగలుగుతారు...

- మొదట ఒక చిత్తు బొమ్మగీసి, తరవాత దాన్ని వేరే శుభ్రమైన కాగితంపైగి శుద్ధనకలు గీయాలి.
- చుట్టూ కలియతిరుగుతూ, మగతావారు వారి మ్యాపుల్లో ఏం చేస్తున్నారో చూడ్డం వల్ల కొత్త ఆలోచనలు వస్తాయి.
- శిక్షణ చివర్లో వారు ఈ మ్యాపును బృందానికి సమర్పిస్తారని అర్థం చేసుకోండి.
- మ్యాపును మరింత వర్ణశోభితంగా చేసేందుకు క్రయాన్లు లేదా కలర్ పెన్సిళ్ళు ఉపయోగించాలి.

My Acts 29
School
Bible School
River
River
Lake
Football Field
Military Base

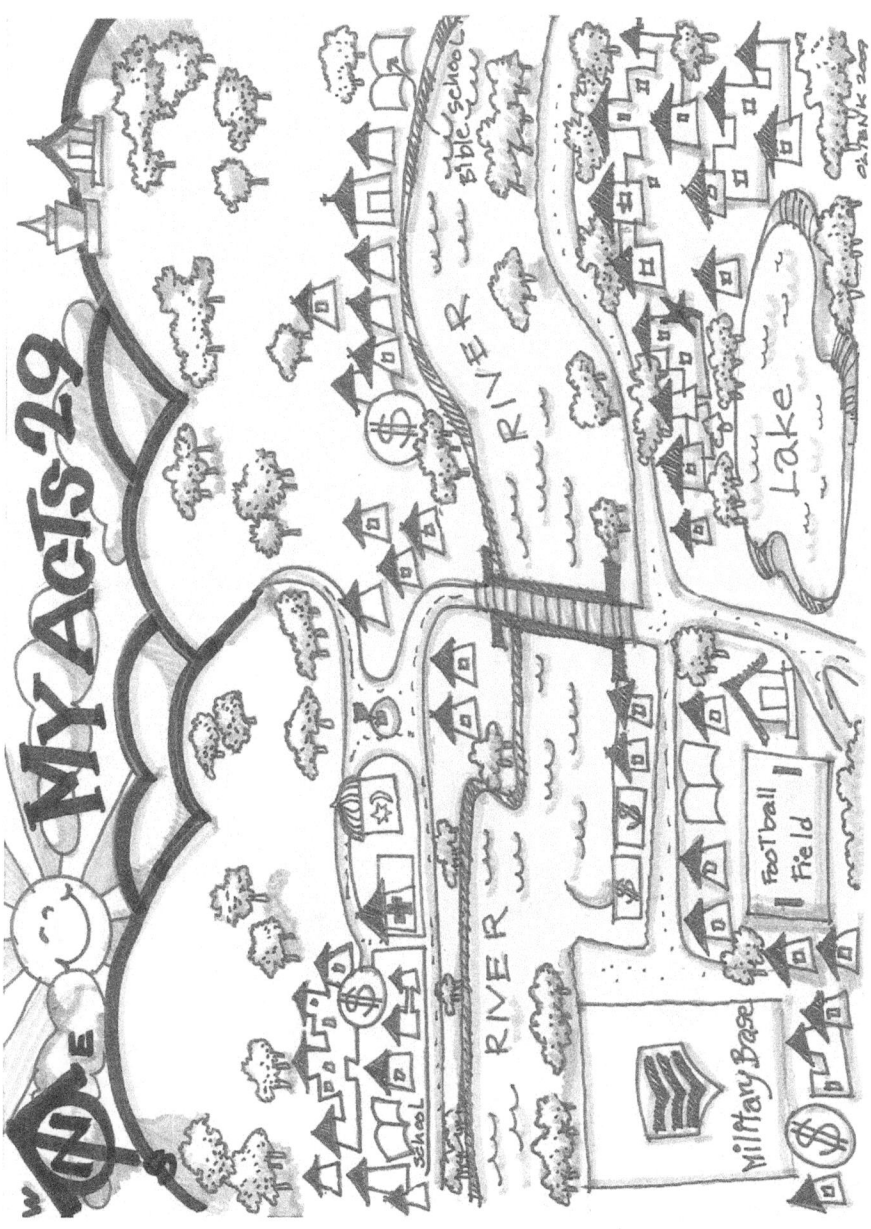

6

నడక

నడక అభ్యాసకును యేసును ఒక కుమారునిగా పరిచయం చేస్తుంది: అతను/ఆమె ఒక కుమారుడు/కుమార్తెగా తండ్రిని గౌరవిస్తారు, ఐక్యతను కోరుకుంటారు, కుటుంబం అనుకూలంగా వుండాలని భావిస్తారు. యేసు అనే తండ్రి "ప్రియమైనవాడు", యేసు బాప్టిజంలో ఆయన పరిశుద్ధాత్మ ఉద్భవించింది. యేసు తన పరిచర్యలో విజయవంతమయ్యారు, ఎందుకంటే ఆయన పరిశుద్ధాత్మ శక్తి పై ఆధారపడ్డారు.

అదే విధంగా, మనం కూడా మన జీవితాల్లో పరిశుద్దాత్మ శక్తిపై తప్పక ఆధారపడాలి. పరిశుద్ధాత్మకు సంబంధించి మనం నాలుగు ఆజ్ఞలను పాటించాలి: ఆత్మతో నడవాలి, ఆత్మను బాధించకూడదు, ఆత్మతో నిండివుండాలి, ఆత్మను అణచివేయరాదు. ఈ రోజున యేసు మనతో వున్నారు, తాను గలిలియ రోడ్లపైన ప్రజలకు సాయపడినప్పటికీ మన సాయం కోరుతున్నారు. యేసును అనుసరించడంలో మనకి అవరోధం కలిగించే దేని నుంచైనా మనకు స్వస్థత కావలసివస్తే మనం యేసును పిలవవచ్చు.

స్తోత్రం

- దేవుని సన్నిధికోసం, దీవెనకోసం ప్రార్థించాల్సిందిగా ఒకరిని కోరాలి.
- రెండు బృందగీతాలు లేదా పద్యాలను కలిసి పాడాలి.

ప్రార్థన

- అభ్యాసకులను వారికి అంతకుముందు భాగస్వామికాని వేరొకరితో జోడీలుగా ఏర్పాటుచేయాలి.

- ప్రతి అభ్యాసకుడు తన భాగస్వామితో ఈ క్రింది ప్రశ్నల సమాధానాలను పంచుకోవాలి.:

    1. మీకు తెలిసి దారితప్పిన వ్యక్తులని రక్షించేందుకు మనం ఎలా ప్రార్థించగలం?

    2. మీరు శిక్షణ ఇస్తున్న బృందం కోసం మనం ఎలా ప్రార్థించగలం?

- మీ భాగస్వామి వేరొకరికి శిక్షణ ఇవ్వడాన్ని ప్రారంభించకపోతే, వారి ప్రభావ పరిధిలో వుండి వారు శిక్షణ ప్రారంభించగలిగే అవకాశం మున్నవారికోసం ప్రార్థించాలి.

- భాగస్వాములు కలిసి ప్రార్థించాలి.

అధ్యయనం

పెట్రోలు అయిపోవడం

“నేను నా మోటార్ సైకిల్ లో పెట్రోలు నింపకుండా ప్రతి చోటికి దాన్ని తోసుకునే వెళుతుంటే మీరేం అనుకుంటారు?”

- ఒక స్వయంసేవకుడిని అడగండి. ఆ స్వయంసేవకుడే మీ “మోటార్ సైకిల్” కావాలి. మీరు పనిచేసే చోటికి, బడికి, మార్కెట్ కి, స్నేహితులను కలిసేందుకు మీ మోటార్ సైకిల్ ని తోసుకువెళ్ళండి. మీ స్నేహితుని ఇంటివద్ద, మీతోపాటుగా మీ “మోటార్ సైకిల్”ని నడపమని వారిని అడగండి. వారు దానిపైకి ఎక్కి, తోసుకువెళ్ళేలా చూడండి. ఇది ఎంత ప్రయాసో, అలసట కలిగిస్తుందో చూపించండి.

“మీరు మీ మోటార్ సైకిల్ లో పెట్రోలు నింపించినప్పుడు ఇది ఖచ్చితంగా ఎంతో మెరుగవుతుంది. అప్పుడు మీరు ఈ పనులన్నీ మరింత సులువుగా చేసుకోగలరు.”

- తాళాన్ని తిప్పి, మీ “మోటార్ సైకిల్”ను కిక్ కొట్టి స్టార్ట్ చేయండి. ఒక మోటార్ సైకిల్ మాదరి శబ్దం చేస్తూ వుండాలి.

- మీరు అనేకసార్లు “మోటార్ సైకిల్”ని ఆపి, అది శబ్దం చేయడం మానేసినట్టయితే సరిచేయవచ్చు. మీరు గతంలో మీరు చేసిన పనులన్నీ తిరిగి చేసినా, ఇప్పుడు ఇది ఇక చాలా సులువైన పని, ఎందుకంటే మీరు మోటార్ సైకిల్ ని తోసుకువెళ్ళక్కర్లేదు. మీ స్నేహితులు దాన్ని నడుపమని అడిగితే, వారినికూడా మోటార్ సైకిల్ ను ఎక్కమనండి, “సమస్యలేదు, నాకు ఇప్పుడు ఎంతో శక్తి వుంది”అని చెప్పండి.

“మోటార్ సైకిల్ మన ఆధ్యాత్మిక జీవితం లాంటిది. చాలామంది వ్యక్తులు తమ ఆధ్యాత్మిక జీవితాన్ని చూట్టూ“తోసుకెళ్తూ”,తమసొంతశక్తిపై ఆధారపడతారు. ఫలితంగా, వారి క్రైస్తవ పయనం కష్టమవుతుంది, వారు దాన్ని వదిలేయాలనుకుంటారు. మిగిలినవారు తమ జీవితంలో పరిశుద్ధాత్మ శక్తిని కనుగొంటారు. అతను మోటరా సైకిల్ లో పెట్రోలు లాంటివాడు. యేసు ఏదైతే ఆజ్ఞాపించారో దాన్ని చేసేందుకు మనకు కావలసిన శక్తిని పరిశుద్ధాత్మ మనకు ఇస్తుంది.”

సమీక్ష

ప్రతి సమీక్షా కార్యక్రమం ఒకేలా వుంటుంది. నిలబడి, ఇంతకుముందు నేర్చుకున్న పాఠాలను అప్పగించాలని అభ్యాసకులని అడగాలి. వారు చేతుల భంగిమలు సరిగా చేసేలా కూడా చూడాలి.

యేసును అనుసరించేందుకు మనకు సహాయపడే ఎనిమిది చిత్రాలు ఏవి?

సైనికుడు, అన్వేషకుడు, గొర్రెలకాపరి, విత్తులు నాటేవాడు, కుమారుడు,

పరిశుద్ధుడైన వ్యక్తి, సేవకుడు, కార్యదక్షుడు.

బహుళంకావడం

ఒక సేవకుడు చేసే మూడు పనులేమిటి?

మానవునికి భగవంతుడి తొలి ఆజ్ఞ ఏమిటి?

మానవునికి యేసు ఇచ్చిన చివరి ఆజ్ఞ ఏమిటి?

నేను ఎలా ఫలప్రదంగా, విస్తరించగలను?

ఇజ్రాయెల్ వద్దగల రెండు సముద్రాలు ఏవి?

అవి ఎందుకు ఎంతో భిన్నమైనవి?

మీరు దేనిలా వుండాలని కోరుకుంటున్నారు?

ప్రేమ

గొర్రెలకాపరి చేసే మూడు పనులేమిటి?

ఇతరులకు బోధించాల్సిన అతి ముఖ్యమైన ఆజ్ఞ ఏది?

ప్రేమ ఎక్కడినుంచి వస్తుంది?

సరళమైన ఆరాధన అంటే ఏమిటి?

మనకి సరళమైన ఆరాధన ఎందుకు వుంది?

సరళ ఆరాధన నిర్వహించేందుకు ఎంత మంది అవసరం వుంటుంది?

ప్రార్థన

ఒక పరిశుద్ధుడైన వ్యక్తి చేసే మూడు పనులేమిటి?

మనం ఎలా ప్రార్థించాలి?

మనకు దేవుడు ఎలా సమాధానమిస్తాడు?

దేవుని ఫోన్ నెంబరు ఏమిటి?

విధేయత

ఒక సేవకుడు చేసే మూడు పనులేమిటి?

అత్యున్నత అధికారం ఎవరిది?

ప్రతి విశ్వాసికి యేసు ఇచ్చిన మూడు ఆజ్ఞలేమిటి?

మనం యేసు ఆజ్ఞను ఎందుకు పాటించాలి?

మనకు యేసు చేసిన ప్రమాణమేమిటి?

యేసు దేన్ని ఇష్టపడతారు?

*-- మత్తయి 3:16-17-- "యేసు బాప్తిస్మము పొందిన వెంటనే నీళ్లలోనుండి ఒడ్డునకు వచ్చెను; ఇదిగో ఆకాశము తెరవబడెను, దేవుని ఆత్మ పావురమువలె దిగి తనమీదికి వచ్చుట చూచెను. మరియుఇదిగో ఈయనే నా ప్రియ కుమారుడు, ఈయనయందు నేనానందించు చున్నానని యొక శబ్దము ఆకాశమునుండి వచ్చెను." **(HCSB)***

"యేసు ఒక కుమారుడు. "మానవుని కుమారుడు"అనేది యేసు తన గురించి ఇష్టపడే వర్ణన. శాశ్వతుడైన ప్రభువు, "తండ్రి" నుంచి తొలి పిలుపును ఆయన అందుకున్నారు. ఆయన పునరుత్థానం కారణంగా, ఇప్పుడు మనం కూడా భగవంతుని కుటుంబంలో ఒక భాగం కాగలం."

కుమారుడు/కుమార్తె

✋ మీరు తింటున్నప్పుడు చేసినట్టుగా నోటివైపు చేతులను కదపండి. కుమారులు ఎక్కువగా తింటారు!

ఒక కుమారుడు చేసే మూడు పనులేమిటి?

> -- యోహాను *17:14, 18-21*—*(*యేసు చెప్పెను...*)*
> చేయుటకు నీవు నాకిచ్చిన పని నేను సంపూర్ణముగా నెరవేర్చి భూమిమీద నిన్ను మహిమ పరచితిని. నీవు నన్ను లోకమునకు పంపిన ప్రకారము నేనును వారిని లోకమునకు పంపితిని. వారును సత్యమందు ప్రతిష్ఠచేయ బడునట్లు వారికొరకై నన్ను ప్రతిష్ఠ చేసికొనుచున్నాను. మరియు నీవు నన్ను పంపితివని లోకము నమ్మునట్లు, తండ్రీ, నాయందు నీవును నీయందు నేనును ఉన్నలాగున, వారును మనయందు ఏకమైయుండవలెనని వారికొరకు మాత్రము నేను ప్రార్థించుటలేదు; వారి వాక్యమువలన నాయందు విశ్వాసముంచువారందరును ఏకమైయుండవలెనని వారి కొరకును ప్రార్థించుచున్నాను. *(NLT)*

1. కుమారుడు తన తండ్రిని గౌరవిస్తాడు.

   తాను భూమిపై వున్నప్పుడు తన తండ్రికి కీర్తి తెచ్చారు.

2. కుమారులు కుటుంబంలో ఐక్యత కోరుకుంటారు.

   తాను, తన తండ్రి వున్నట్టుగానే, తనను అనుసరించేవారు ఒక్కటిగా వుండాలని యేసు కోరుకున్నారు.

3. కుటుంబం సఫలమవాలని కుమారులు కోరుకుంటారు.

   సఫలం చెందేందుకు దేవుడు యేసును ఈ ప్రపంచానికి పంపాడు, మనం సఫలమయ్యేందుకు యేసు మనను పంపారు.

   “యేసు ఒక కుమారుడు, ఆయన మనలో జీవిస్తారు. మనం ఆయనను అనుసరిస్తే, మనం కుమారులు, కుమార్తెలు అవుతాం. మనం స్వర్గంలోని మన తండ్రిని గౌరవిస్తాం, భగవంతుని కుటుంబంలో ఐక్యతను కోరుకుంటాం, భగవంతుని సామ్రాజ్యం విజయవంతమయ్యే దిశగా పనిచేస్తాం.”

యేసు పరిచర్య ఎందుకు విజయవంతమవుతుంది?

--లూకా 4:14—(అతని దురాకర్షణ తర్వాత) అప్పుడు యేసు, ఆత్మ బలముతో గలిలయకు తిరిగి వెళ్లెను; ఆయననుగూర్చిన సమాచారము ఆ ప్రదేశమందంతట వ్యాపించెను (NASB)

"సఫలమయ్యేందుకు శక్తిని పరిశుద్ధాత్మ యేసుకు ఇచ్చింది, యేసు ఆ ఆత్మ శక్తికి లోబడి పనిచేశారు తప్ప, తన సొంత బలంతో కాదు. మనం యేసును అనుసరించేటప్పుడు, ఆయన పనిచేసిన మార్గాన్ని అనుసరించాలి. యేసు నిరంతరం పరిశుద్ధాత్మపై ఆధారపడ్డారు. పవిత్రాత్మపై యేసే ఆధారపడినప్పుడు, ఎంతకన్నా మనం ఎక్కువగా ఏం చేయగలం!".

శిలువకు ముందు పరిశుద్ధాత్మ గురించి విశ్వాసులకు యేసు ఇచ్చిన హామీ ఏమిటి?

-- యోహాను 14:16-18 -- నేను తండ్రిని వేడుకొందును, మీయొద్ద ఎల్లప్పుడు నుండుటకై ఆయన వేరొక ఆదరణకర్తను, అనగా సత్యస్వరూపి యగు ఆత్మను మీకనుగ్రహించును. లోకము ఆయ నను చూడదు, ఆయనను ఎరుగదు గనుక ఆయనను పొంద నేరదు; మీరు ఆయనను ఎరుగుదురు. ఆయన మీతో కూడ నివసించును, మీలో ఉండును. మిమ్మును అనాథలనుగా విడువను, మీ యొద్దకు వత్తును.

1. ఆయన మనకు పరిశుద్ధాత్మను ఇస్తారు.

2. పరిశుద్ధాత్మ మనతో ఎల్లకాలం వుంటుంది.

3. పరిశుద్దాత్మ మనలో వుంటుంది.

4. మనం ఎల్లప్పుడూ భగవంతుని కుటుంబంలో భాగంగా వుంటాం.

"పరిశుద్ధాత్మ మనలో నివసిస్తుంది కనుక ఆయన కుటుంబంలో మనం ఒక భాగం అవుతాం."

తన పునరుద్ధానం తర్వాత పరిశుద్ధాత్మ గురించి తన విశ్వాసులకు యేసు చేసిన ప్రమాణమేమిటి?

--కార్యములు 1:8:-- అయినను పరిశుద్ధాత్మ మీ మీదికి వచ్చునప్పుడు మీరు శక్తినొందెదరు గనుక మీరు యెరూషలేములోను, యూదయ సమరయ దేశముల యందంతటను భూదిగంత ముల వరకును నాకు సాక్షులైయుందురని వారితో చెప్పెను. (NLT)

"అతను మనవద్దకు వచ్చినప్పుడు పరిశుద్ధాత్మ మనకు శక్తినిస్తుంది"

పరిశుద్ధాత్మకు సంబంధించి పాటించదగిన నాలుగు ఆజ్ఞలేమిటి?

--గలతీయులకు 5:16 -- నేను చెప్పునదేమనగా ఆత్మానుసారముగా నడుచు కొనుడి, అప్పుడు మీరు శరీరేచ్ఛను నెరవేర్చరు. (NASB)

ఆత్మతో నడవడం

- ఒక స్వయంసేవకుడుని ఎంచుకోండి. భాగస్వాములు పురుషులు/పురుషులు లేదా మహిళలు/మహిళలుగా వుండాలి తప్ప కలవకూడదు. (పురుషులు, మహిళలు కలిసి స్కిట్క్ ప్రదర్శించడం సాంస్కృతికంగా సరైనది కానట్టయితే తప్ప ఇదే విధంగా దీన్ని చేయండి.)

"దేవుని ఆత్మతో నడవడం గురించిన కొన్ని వాస్తవాలని నేను, నా భాగస్వామి మీకు చూపించబోతున్నాం. ఈ స్కిట్ లో, నేను నేనుగా, నా భాగస్వామి పవిత్రాత్మగా

పాత్రలు ధరిస్తాం. బైబిల్ లో ఇలా చెప్పారు 'పరిశుద్ధాత్మతో నడవండి'"

- మీ భాగస్వామితో "ఆత్మతో నడవడం" ప్రదర్శించండి. మీ భాగస్వామిని "పరిశుద్ధాత్మ"గా వుండమనండి. మీరు, మీ భాగస్వామి చేతిలో చేయ్యి, భుజం భుజం కలిపి నడవండి. పరస్పరం మాట్లాడుకోండి. పరిశుద్ధాత్మ ఎక్కడికైనా వెళ్ళాలనుకున్నప్పుడు, అతని/ఆమెతో కలిసి వెళ్ళండి. కొన్నిసార్లు, పరిశుద్ధాత్మ ఎక్కడికి వెళ్ళాలనుకుంటోందో అక్కడికి దూరంగా వెళ్ళేందుకు ప్రయత్నించండి. మీ భాగస్వామితో కలిసివుండండి. ఎందుకంటే పరిశుద్ధాత్మ మనను ఎన్నడూ విడిచిపెట్టడు. అతను ఒక పక్కకు, మీరు మరో పక్కకు వెళ్తూండడంవల్ల ఘర్షణ ఏర్పడుతుంది.

  "పరిశుద్ధాత్మ కోరుకున్న బాటలో మనం నడవాలి, మన సొంతంగా కాదు. కొన్నిసార్లు మనం మన సొంత దిశలో వెళ్ళాలనుకోవచ్చు, ఇది ఆధ్యాత్మిక సమస్యలకు, మన హృదయంలో పెద్ద ఘర్షణకు కారణమవుతుంది."

  ఆత్మతో నడవండి
  🖐 రెండు చేతులపై వేళ్ళను "నడిపించండి".

  --ఎఫెసీయులకు 4:30 -- దేవుని పరిశుద్ధాత్మను దుఃఖపరచకుడి; విమోచనదినమువరకు ఆయనయందు మీరు ముద్రింపబడి యున్నారు. (HCSB)

ఆత్మను బాధించకూడదు

"పరిశుద్ధాత్మను బాధపెట్టవద్దు" అని బైబిల్ చెప్పింది. పరిశుద్ధాత్మకు భావాలుంటాయి. మనం అతన్ని విచారించేలా చేస్తున్నాం."

- పరిశుద్ధాత్మ (మీ భాగస్వామి) తోపాటు చుట్టూ నడవండి. బృందంలో ఎవరో ఒకరి గురించి గుసగుసలు మాట్లాడడం మొదలుపెట్టండి. మీరు ఇది చేసినప్పుడు పరిశుద్ధాత్మ విచారపడడం ప్రారంభిస్తుంది. మరో

అభ్యాసకునితో గొడవ పెట్టుకుంటే, పరిశుద్ధాత్మ మళ్ళీ బాధపడుతుంది.

“మీరు ఎలా జీవిస్తున్నారన్న విషయంలో జాగ్రత్తగా వుండండి. ఎందుకంటే పరిశుద్ధాత్మ మీలో వుంది. అది బాధపడుతుంది. మనం చేసే, మాట్లాడే వాటివల్ల మనం పరిశుద్ధాత్మ విచారపడేలా చేస్తున్నాం.”

Do not grieve the Spirit.
✋ మీరు ఏడుస్తున్నట్టు కళ్ళు నులుముకోండి, తర్వాత తలను “లేదు” అనే సంకేతం ఇచ్చేలా ఊపండి.

-- ఎఫెసీయులకు 5:16 -- మద్యముతో మత్తులైయుండకుడి, దానిలో దుర్వ్యాపారము కలదు; అయితే ఆత్మ పూర్ణులైయుండుడి.... (NLT)

ఆత్మతో నిండి వుండండి

‘ఆత్మతో నిండి వుండండి’ అని బైబిల్ చెప్పింది. మన జీవితంలోని ప్రతిభాగంలో, రోజులోని ప్రతి భాగంలో ఆత్మ మనకు అవసరమని దీని అర్థం.

“మనం యేసును స్వీకరించినప్పుడు, భూమిమీద ఎల్లప్పుడూ నిలిచివుండే పరిశుద్ధాత్మనంతటినీ మనం స్వీకరిస్తాం. పరిశుద్ధాత్మను ‘ఎక్కువగా’ పొందడం సాధ్యం కాదు. అయితే ‘ఎక్కువగా’ పొందేలా చేయడం పరిశుద్ధాత్మకు సాధ్యమే! మనం ప్రతిరోజునూ ఎంచుకొని మన జీవితాల్లో అతను ఎంతమేరకు నింపాడో చూడాలి. మన జీవితంలోని ప్రతిభాగాన్ని నింపడమనే ఆజ్ఞ అతనికి ఉద్దేశించినది.”

ఆత్మతో నిండివుండండి
✋ మీ పాదాలనుంచి తల పైభాగం వరకూ రెండు చేతులతో ప్రవహించే కదలికను చూపండి.

-- థెస్సలొనీకయులకు 5:19 -- ఆత్మను ఆర్పకుడి; (NASB)

ఆత్మను చల్లార్చకండి

"బైబిల్ 'ఆత్మను చల్లార్చకండి' అని చెప్పింది. మన జీవితాల్లో అతను చేసే పనిని ఆపేందుకు ప్రయత్నించవద్దని దీని అర్థం."

- పరిశుద్ధాత్మ (మీ భాగస్వామి)తో నడవండి, అభ్యాసకుల్లో ఒకరిని సాక్షిగా వుండాలని పరిశుద్ధాత్మ మిమ్మల్ని కోరుతోందని బృందంతో చెప్పండి. సాక్ష్యానికి తిరస్కరించి, ఒక క్షమాపణ చెప్పిన తర్వాత, మీ దారిలోకి వెళ్ళండి. ఒక అస్వస్థుడైన వ్యక్తికోసం ప్రార్థించాలని పరిశుద్ధాత్మ మిమ్మల్ని అడుగుతుంది, కానీ మీరు తిరస్కరిస్తారు. క్షమాపణ చెబుతారు, ఒక భిన్నమైన దిశలోకి వెళ్తారు.

"మనం సాకులు చెప్పడంద్వారా దేవుడి పనిని తరచూ అడ్డుకుంటాం, ముందుకు నడిపించే పరిశుద్ధాత్మను అనుసరించాలని అనుకోవడానికి బదులుగా, మనం చేయాల్సింది చేయకపోవడం లేదా చెప్పకపోవడం ద్వారా మనం పరిశుద్ధాత్మను అడ్డుకుంటున్నాం. ఇది జీవితంలోంచి పరిశుద్ధాత్మ అగ్నిని ఆర్పేసేందుకు ప్రయత్నించడం లాంటిది."

పరిశుద్ధాత్మను ఆర్పేయవద్దు

కుడిచేతి చూపుడువేలిని ఒక కొవ్వొత్తి మాదిరిగా వుంచండి. దాన్ని ఆర్పేసేందుకు ప్రయత్నిస్తున్నట్టు నటించండి. మీ తలను "వద్దు" అని సంకేతం ఇచ్చేలా ఊపండి.

జ్ఞాపక వాక్యం

-- యోహాను 7:38 -- నాయందు విశ్వాసముంచు వాడెవడో లేఖనము చెప్పినట్టు 'వాని కడుపులోనుండి జీవ జలనదులు పారు'నని బిగ్గరగా చెప్పెను. (NLT)

- ప్రతిఒక్కరూ నిలబడి, జ్ఞాపకవాక్యాన్ని పదిసార్లు కలిసి చెప్పాలి. మొదటి ఆరుసార్లు, అభ్యాసకులు తమ బైబిల్ లేదా విద్యార్థి నోట్స్ ను ఉపయోగించవచ్చు. చివరి నాలుగుసార్లు, వారు వాక్యాన్ని జ్ఞాపకం నుంచి చెప్పాలి. తాము వాక్యం చెప్పడానికి ముందు ప్రతిసారి అభ్యాసకులు సూచన చెప్పాలి. పూర్తయ్యాక కూర్చోవాలి.

- ఇది 'అభ్యాస' విభాగంలోని పాఠం పూర్తయినట్టు అభ్యాసకులకు తెలియడానికి సాయపడుతుంది.

అభ్యాసం

- ఈ తరగతిలో తమ ప్రార్థనా భాగస్వామికి ఎదురుగా కూర్చోవాలని అభ్యాసకులకు చెప్పండి. పాఠాన్ని బోధించేందుకు భాగస్వాములు పరస్పరం వంతులు తీసుకోవాలి.

  “సమావేశ స్థలానికి చాలా దూరంగా నివసిస్తున్న జోడీలోని వ్యక్తి నాయకుడవుతారు.”

- పేజీ 21లోని శిక్షకుల శిక్షణా ప్రక్రియను అనుసరించాలి.

- 'అధ్యయన' విభాగంలోని ప్రతి అంశాన్ని వారు ఖచ్చితంగా ఎలా బోధించాలని మీరు అనుకుంటున్నారో వివరించండి.

  “మీ విషయంలో నేను చేసినట్టుగానే ప్రశ్నలు అడగండి, కలిసి పవిత్ర గ్రంథాన్ని చదవండి, ప్రశ్నలకు జవాబు ఇవ్వండి.”

- ఒకరికొకరు శిక్షణనివ్వడాన్ని అభ్యాసకులు అభ్యాసం చేశాక, ఒక కొత్త భాగస్వామిని గుర్తించి, మళ్ళీ అభ్యాసం చేయమనండి. శిక్షణకు బయట ఈ పాఠాన్ని పంచుకోగలిగే వేరొకరి గురించి ఆలోచించాలని అభ్యాసకులను కోరండి.

"శిక్షణకు బయట ఈ పాఠాన్ని మీరు బోధించగలిగే వారొకరి గురించి ఆలోచించేందుకు కొన్ని నిమిషాలు తీసుకోండి. ఈ పాఠం మొదటి పేజీ పైభాగంపై ఆ వ్యక్తి పేరు రాయండి."

ముగింపు

ఇది పరిచర్యలో అర్థవంతమైన సమయం. మీకు సమయం తక్కువగా వుంటే, మీరు ఈ విభాగాన్ని తదుపరి పాఠం ప్రారంభంలో పెట్టుకోవచ్చు లేదా దాన్ని మరోసారి చేయవచ్చు. సాయంత్రం తరగతి ఏర్పాటు చేసేటప్పుడు ఒక ఆధ్యాత్మిక సమయం కావాలని మీ బృందం కోరుకున్నట్టయితే, ఈ విభాగాన్ని అలా కూడా మీరు ఉపయోగించుకోవచ్చు.

యేసు ఇక్కడ వున్నారు

--హెబ్రీయులకు 13:8-- యేసుక్రీస్తు నిన్న, నేడు, ఒక్కటే రీతిగా ఉన్నాడు; అవును యుగయుగములకును ఒక్కటే రీతిగా ఉండును. (CEV)

--మత్తయి 15:30-31-- బహు జనసమూహములు ఆయనయొద్దకు కుంటివారు గ్రుడ్డివారు మూగవారు అంగహీనులు మొదలైన అనేకులను తీసికొనివచ్చి ఆయన పాదములయొద్ద పడవేసిరి; ఆయన వారిని స్వస్థపరచెను. మూగవారు మాటలాడుటయును అంగహీనులు బాగుపడుటయును కుంటివారు నడుచుటయును గ్రుడ్డివారు చూచుటయును జనసమూహము చూచి ఆశ్చర్యపడి ఇశ్రాయేలు దేవుని మహిమ పరచిరి. (NASB)

-- యోహాను 10:10 -- దొంగ దొంగతనమును హత్యయును నాశనమును చేయుటకు వచ్చును గాని మరి దేనికిని రాడు; గొఱ్ఱెలకు జీవము కలుగుటకును అది సమృద్ధిగా కలుగుటకును నేను వచ్చితినని మీతో నిశ్చయముగా చెప్పుచున్నాను.

"హెబ్రీయులకు 13:8లో, యేసుక్రీస్తు నిన్న, నేడు, ఒక్కటేరీతిగా ఉన్నాడు; అవును యుగయుగములకును ఒక్కటే రీతిగా ఉండును, అని బైబిల్ చెప్పెను.

"మత్తయి 15:30లో, అనేక భిన్నమైన సమస్యలుగల అనేకమంది వ్యక్తులకు యేసు స్వస్థత చేకూర్చెనని బైబిల్ చెప్పెను.

"యోహాను 10:10లో, దొంగ దొంగతనమును హత్యను నాశనమును చేయుటకు వచ్చును గాని మరిదేనికిని రాడు; గొఱ్ఱెలకు జీవము కలుగుటకును అది సమృద్ధిగా కలుగుటకును నేను వచ్చితినని మీతో నిశ్చయముగా చెప్పుచున్నాను అని బైబిల్ చెప్పెను.

"నిజానికి, ఇప్పుడు ఇక్కడ యేసు మనతో కలిసి వున్నారని మనకు తెలుసు. మన జీవితంలో ఒక ప్రదేశం వున్నట్టయితే, దానికి స్వస్థత అవసరం. మత్తయి 15లో చేసినట్టుగానే ఇప్పుడు కూడా దానికి స్వస్థత చేకూర్చాలని ఆయన భావిస్తున్నారు. సైతాను మిమ్మల్ని చంపాలనుకుంటాడు; మీనుంచి దోచుకోవాలనుకుంటాడు. యేసు మీకు సంపూర్ణమైన జీవితం ఇవ్వాలని భావిస్తారు.

"మత్తయి 15:30 పంక్తిలోగల వేరొకరితో మీకు ఆధ్యాత్మికమైన సంబంధం వుండితీరాలి."

"మీరు యేసుతో బలంగా నడుస్తారా లేక సైతాను మిమ్మల్ని కుంటుగా చేస్తాడా?

👋కుంటుతూ తిరగండి

"యేసు ఇక్కడ వున్నారు. ఆయనను అడగండి, ఆయన మిమ్మల్ని స్వస్థత పరుస్తారు. అప్పుడు మీరు ఆయనతో కలిసి మళ్ళీ నడవగలరు.

"దేవుడు ఎక్కడ పని చేస్తున్నారో లేదా నిరుత్సాహంతో మీ కళ్ళను సైతాన్ ఎలా గుడ్డిగా చేస్తున్నాడో మీరు చూడగలరా?"

👋మీ కళ్ళను మూసుకోండి

“యేసు ఇక్కడ వున్నారు. మిమ్మల్ని ఆయన స్వస్థత పరుస్తారు. అప్పుడు ఆయన ఎక్కడ పనిచేస్తున్నారో మీరు మళ్ళీ చూడగలరు.

“యేసు సువార్తను మీ చుట్టూవున్నవారందరితో మీరు పంచుకుంటున్నారా, లేక నిశ్శబ్దంగా వున్నారా?”

మీ నోటిని కప్పుకోండి

“యేసు ఇక్కడ వున్నారు. ఆయనను అడగండి. మీకు ఆయన స్వస్థత చేకూర్చగలరు. అప్పుడు మీరు ఆయన గురించి తిరిగి ధైర్యంగా మాట్లాడగలరు”

“మీరు ఇతరులకు సాయపడుతున్నారా, లేక మీరు ఇక ఏ మాత్రం ఇవ్వలేని రీతిలో మిమ్మల్ని సైతాన్ గాయపరిచాడా?”

మీ చేతికి గాయమై మెడలో వేలాడేసుకున్నట్టు చేయండి

“యేసు ఇక్కడ వున్నారు. ఆయనను అడగండి. ఆయన మీకు స్వస్థత చేకూరుస్తారు. దీనితో మీరు మీ గతాన్ని వెనక్కుపెట్టి, ఆయనతో మళ్ళీ నడవగలరు.

“మీ జీవితంలో మీకు ఏదైనా సమస్య వుందా, అది మీరు పూర్తి హృదయంతో యేసును అనుసరించడంనుంచి దూరం చేస్తోందా?

“మీ అనారోగ్యం ఏదైనా., యేసు ఇప్పుడు ఇక్కడ వున్నారు, మీకు స్వస్థత చేకూర్చగలరు. యేసును పిలవండి, మీకు స్వస్థత కలిగించనివ్వండి, దేవునికి గొప్ప కీర్తి తేండి!”

- ఒకరికోసం ఒకరు ప్రార్థించుకోమని, వారందరూ నిండు హృదయాలతో ప్రభువుని అనుసరించలేని విధంగా దూరంపెడుతున్న దేని నుంచైనా స్వస్థత చేకూర్చమని యేసుని కోరాలని చెప్పండి.

7

వెళ్ళు

వెళ్ళడం యేసును ఒక వెతికేవానిగా పరిచయం చేస్తుంది: వెతికేవారు కొత్త ప్రదేశాలకోసం, తప్పిపోయిన వ్యక్తులకోసం, కొత్త అవకాశాలకోసం అన్వేషిస్తారు. తాను ఎక్కడికి వెళ్ళాలో, పరిచర్య చేయాలో యేసు ఎలా నిర్ణయించుకున్నారు? ఆయన తనంతట తానుగా అది చేయలేదు; దేవుడు ఎక్కడ పనిచేస్తున్నాడో ఆయన చూశారు; దేవునితో ఆయన కలిశారు; తనను దేవుడు ప్రేమిస్తున్నట్టు, తనకు దాన్ని ప్రదర్శిస్తున్నట్టు ఆయన తెలుసుకున్నారు. ఎక్కడ పరిచర్య చేయాలో మనం ఎలా నిర్ణయించుకోవాలి? యేసు చేసిన విధంగానే చేయాలి.

దేవుడు ఎక్కడ పనిచేస్తాడు? ఆయన పేదలు, ఖైదీలు, అస్వస్థులు, అణగారినవారిమధ్య వుంటాడు. దేవుడు పనిచేసే మరో ప్రదేశం మన కుటుంబాల్లో. మన కుటుంబం మొత్తాన్ని కాపాడాలని ఆయన కోరుకుంటాడు. దేవుడు ఎక్కడ పనిచేస్తాడో తెలుసుకునేందుకు తమ కార్యములు 29 మ్యాప్ లో వ్యక్తులను, ప్రదేశాలను అభ్యాసకులు గుర్తించాలి.

స్తోత్రం

- దేవుని ఉనికి, ఆశీర్వాదాల కోసం ప్రార్థించమని ఎవరినైనా అడగండి.
- కలిసి రెండి బృందగీతాలు లేదా స్తోత్రాలు పాడమనండి.

ప్రార్థన

- అభ్యాసకులను వారు అంతకుముందు భాగస్వామికాని వేరొకరితో జోడీలుగా ఏర్పాటుచేయాలి.

- ప్రతి అభ్యాసకుడు తన భాగస్వామితో ఈ క్రింది ప్రశ్నల సమాధానాలను పంచుకోవాలి:

    1. దారితప్పిన వ్యక్తుల్లో మీకు తెలిసి రక్షించాల్సిన వారికోసం మనం ఎలా ప్రార్థించాలి?

    2. మీరు శిక్షణలో వున్న బృందంకోసం మనం ఎలా ప్రార్థించాలి?

- మీ భాగస్వామి వేరొకరికి శిక్షణ ఇవ్వడాన్ని ప్రారంభించకపోతే, వారి ప్రభావ పరిధిలో వుండి వారు శిక్షణ ప్రారంభించగలిగే అవకాశం వున్నవారికోసం ప్రార్థించాలి.

- భాగస్వాములు కలిసి ప్రార్థించాలి.

అధ్యయనం

సమీక్ష

ప్రతి సమీక్షా కార్యక్రమం ఒకేలా వుంటుంది. నిలబడి, ఇంతకుముందు నేర్చుకున్న పాఠాలను అప్పగించాలని అభ్యాసకులను అడగాలి. వారు చేతులను కదిలించేలా కూడా చూడాలి. గత నాలుగు పాఠాలను సమీక్షించాలి.

జీసస్ ను అనుసరించేందుకు ఏ ఎనిమిది చిత్రాలు మనకి దోహదం చేస్తాయి?

సైనికుడు, అన్వేషకుడు, గొర్రెలకాపరి, విత్తేవాడు, కుమారుడు, దేవదూత, సేవకుడు, కార్యదక్షుడు

ప్రేమ

గొర్రెల కాపరి చేసే మూడు పనులు ఏమిటి?

ఇతరులకి బోధించే అత్యంత ముఖ్యమైన ఆజ్ఞ ఏమిటి?

ప్రేమ ఎక్కడి నుంచి వస్తుంది?

నిరాడంబర ఆరాధన అంటే ఏమిటి?

మనకి నిరాడంబర ఆరాధన ఎందుకు వుంది?

నిరాడంబర ఆరాధన నిర్వహించడానికి ఎంత మంది అవసరం అవుతారు?

ప్రార్థన

దేవదూత చేసే మూడు పనులు ఏమిటి?

మనం ఎలా ప్రార్థించాలి?

దేముడు మనకి ఎలా జవాబు చెబుతారు?

దేముని ఫోన్ నెంబుర ఏమిటి?

విధేయత

ఒక సేవకుడు చేసే మూడు పనులేమిటి?

అత్యున్నత అధికారి ఎవరిది?

ప్రతి విశ్వాసికి యేసు ఇచ్చిన నాలుగు ఆజ్ఞలేమిటి??

మనం యేసు ఆజ్ఞను ఎలా పాటించాలి?

ప్రతి విశ్వాసికి యేసు చేసిన వాగ్ధానం ఏమిటి?

నడక

కుమారుడు చేసే మూడు పనులేమిటి?

యేసు పరిచర్యలో మూలమైన శక్తి ఏది?

శిలువకుముందు పరిశుద్ధాత్మ గురించి విశ్వాసులకు యేసు ఏమని వాగ్దానం చేశారు?

తన పునరుద్ధానం తర్వాత పరిశుద్ధాత్మ గురించి విశ్వాసులకు యేసు ఏమని ప్రమాణం చేశారు?

పరిశుద్ధాత్మకోసం అనుసరించాల్సిన నాలుగు ఆజ్ఞలు ఏవి?

యేసు దేనిని ఇష్టపడతారు?

*--లూకా **19:10** -- నశించినదానిని వెదకి రక్షించుటకు మనుష్యకుమారుడు వచ్చెనని అతనితో చెప్పెను. **(NASB)***

"యేసు వెతికేవాడు. తప్పిపోయిన ప్రజలను ఆయన చూస్తారు. తన జీవితంలో మొదట దేవుడి సంకల్పాన్ని, దేవుని రాజ్యాన్ని కూడా చూస్తారు."

అన్వేషకుడు
కళ్ళకు పైన చేతిని వుంచి వెనక్కి, ముందుకి చూడండి

అన్వేషకుడు చేసే మూడు విషయాలు ఏమిటి?

*-- మార్కు **1:37, 38**-- ఆయనను కనుగొని, "అందరు నిన్ను వెదకుచున్నారు!" అని ఆయనతో చెప్పగా, యేసు ఇట్లు బదులిచ్చెను, "ఇతర సమీప గ్రామములలోను నేను ప్రకటించునట్లు వెళ్లుదము రండి; యిందునిమిత్తమే గదా నేను బయలుదేరి వచ్చితిని."*

1. అన్వేషకులు కొత్త ప్రదేశాలు కనుగొనడం ఇష్టం.

2. అన్వేషకులకు తప్పిపోయిన వ్యక్తుల్ని కనుగొనడం ఇష్టం.

3. అన్వేషకులకు కొత్త అవకాశాలు కనుగొనడం ఇష్టం.

"యేసు అన్వేషకుడు, మనలో జీవిస్తారు. ఆయనను మనం అనుసరిస్తే, మనం కూడా వెతికేవారం అవుతాం."

ఎక్కడ పరిచర్య చేయాలో యేసు ఎలా నిర్ణయిస్తారు?

-- యోహాను 5:19, 20 -- యేసు వారికి ఇట్లు ప్రత్యుత్తరమిచ్చెను: "తండ్రి యేది చేయుట కుమారుడు చూచునో, అది కాని తనంతట తాను ఏదియు చేయనేరడు; ఆయన వేటిని చేయునో, వాటిని కుమారుడును ఆలాగే చేయును. తండ్రి, కుమారుని ప్రేమించుచు, తాను చేయువాటి నెల్లను ఆయనకు అగపరచుచున్నాడని మీతో నిశ్చయముగా చెప్పుచున్నాను. మరియు మీరు ఆశ్చర్య పడునట్లు వీటికంటె గొప్ప కార్యములను ఆయనకు అగపరచును."

"యేసు చెప్పెను, 'నా అంతట నేనుగా ఏదీ చేయలేదు.'"

గుండెపై ఒక చేతిని వుంచి, తలను 'కాదు' అన్నట్టు ఊపండి.

"యేసు చెప్పెను, 'దేవుడు ఎక్కడ పనిచేస్తున్నాడో గమనించేందుకు నేను చూశాను.'"

ఒక చేతిని కళ్ళపై వుంచి; ఎడమ, కుడివైపుల్లో వెతకండి.

"యేసు చెప్పెను, 'ఆయన పనిచేసేచోట, నేను ఆయనతో కలిశాను.'"

మీ ముందున్న ఒక ప్రదేశంవైపు చేతిని చూపించి, అవును అన్నట్టుగా తల ఆడించండి.

"యేసు చెప్పెను, 'ఆయన నన్ను ప్రేమిస్తున్నాడని, అది నాపై చూపుతారని నాకు తెలుసు.'"

ప్రార్థిస్తున్నట్టుగా చేతులు పైకెత్తి, ఆ తర్వాత వాటిని మీ గుండెపై అడ్డంగా ఉంచండి.

ఎక్కడ పరిచర్య చేయాలో ఎలా నిర్ణయించుకోవాలి?

--1యోహాను 2:5, 6-- ఆయన వాక్యము ఎవడు గైకొనునో వానిలో దేవుని ప్రేమ నిజముగా పరిపూర్ణమాయెను. ఆయనయందు నిలిచియున్నవాడనని చెప్పుకొనువాడు ఆయన ఏలాగు నడుచుకొనెనో ఆలాగే తానును నడుచుకొన బద్ధుడైయున్నాడు. మనమాయనయందున్నామని దీనివలన తెలిసికొనుచున్నాము. *(NLT)*

"యేసు చేసినట్టుగానే ఎక్కడ పరిచర్య చేయాలో మనం నిర్ణయించుకోవాలి:

"నా అంతట నేనుగా ఏదీ చేయలేదు."

గుండెపై ఒక చేతిని ఉంచి, తలను 'కాదు' అన్నట్టు ఊపండి.

"దేవుడు ఎక్కడ పనిచేస్తున్నాడో గమనించేందుకు నేను చూశాను."

ఒక చేతిని కళ్ళపై ఉంచి; ఎడమ, కుడివైపుల్లో వెతకండి

"ఆయన పనిచేసేచోట, నేను ఆయనతో కలిశాను."

మీ ముందున్న ఒక ప్రదేశంవైపు చేతిని చూపించి, అవును అన్నట్టుగా తల ఆడించండి.

"ఆయన నన్ను ప్రేమిస్తున్నాడని, అది నాపై చూపుతారని నాకు తెలుసు."

ప్రార్థిస్తున్నట్టుగా చేతులు పైకెత్తి, ఆ తర్వాత వాటిని మీ గుండెపై అడ్డంగా ఉంచండి.

దేవుడు పనిచేస్తున్నట్టయితే మనకు ఎలా తెలుస్తుంది?

యోహాను 6:44 -- నన్ను పంపిన తండ్రి వానిని ఆకర్షించితేనే గాని యెవడును నా యొద్దకు రాలేడు; అంత్యదినమున నేను వానిని లేపుదును.

"ఎవరైనా యేసు గురించి ఎక్కువగా తెలుసుకోవాలన్న ఆసక్తి వున్నట్టయితే, అప్పుడు దేవుడు పనిచేస్తున్నాడని మీరు తెలుసుకుంటారు. దేవుడు తనకు తానుగా మాత్రమే ప్రజలను తనవద్దకు తీసుకోగలడని యోహాను 6:44 చెబుతోంది. మనం ప్రశ్నలు అడగాలి, ఆధ్యాత్మిక బీజాలను చూడాలి, ఏదైనా స్పందన వుందేమో చూడాలి. మీరు స్పందించినట్టయితే, దేవుడు పనిచేస్తున్నాడని మనం తెలుసుకోగలం."

యేసు ఎక్కడ పనిచేస్తారు?

-- లూకా 4:18, 19-- ప్రభువు ఆత్మ నా మీద ఉన్నది బీదలకు సువార్త ప్రకటించుటకై ఆయన నన్ను అభిషేకించెను చెరలోనున్న వారికి విడుదలను, గ్రుడ్డివారికి చూపును, (కలుగునని) ప్రకటించుటకును నలిగి, ప్రభువు హితవత్సరము ప్రకటించుటకును ఆయన నన్ను పంపియున్నాడు. అని వ్రాయబడిన చోటు ఆయనకు దొరకెను. (NASB)

1. పేదలు
2. బందీలు
3. అస్వస్థులు (అంధులు)
4. అణగారినవారు

"ఈ రకమైన ప్రజలకోసం యేసు పరిచర్య నిర్వహించాడు, పరిచారకులనివంచాడు. అయితే, ఆయనప్రతిపేదవ్యక్తి లేదా ప్రతి అణగారిన వ్యక్తికోసం అతను పరిచర్య

నిర్వహించలేదని గుర్తుపెట్టుకోవడం ముఖ్యం. మన స్వంత కృషిద్వారా మనం ప్రతి ఒక్కరికి సాయం చేయాలనుకుంటున్నాం. తండ్రి పనిచేస్తున్నాడేమో చూసి అయనన్ని చేరుకోడానికి జీసస్ ప్రయత్నించాడు. మనంకూడా అదే చేయాలి. బాగా అణగారినవ్యక్తికి మనం పరిచర్య చేసేందుకు ప్రయత్నిస్తే, అది ఖచ్చితంగా మనకి మనం చేస్తున్నట్టే లెక్క."

యేసు పనిచేసే మరో ప్రదేశం ఏమిటి?

“దేవుడు మన కుటుంబం మొత్తాన్ని ప్రేమిస్తాడని మీకు తెలుసా? వారంతా రక్షణపొందడం, తనతోకలిసి శాశ్వతత్వంలో గడపడం ఆయన సంకల్పం. మొత్తం కుటుంబాన్ని దేవుడు ఎప్పుడు రక్షించారో బైబిల్ లో అనేక ఉదాహరణలున్నాయి:”

దెయ్యం-పట్టిన మనిషి- మార్క్ 5

“దెయ్యం-పట్టిన మనిషి పూర్తిగా మారిపోతాడు. యేసుతో వెళ్ళాలని అతను అనుకుంటాడు, కాని అతని కుటుంబం వద్దకు వెళ్ళమని యేసు చెబుతారు, ఏం జరిగిందో వారికి చెబుతారు. యేసు చేసినది చూసి చుట్టూవున్న గ్రామాల్లోని అనేకమంది ప్రజలు ఆశ్చర్యపోతారు. ఒక మనిషిని దేవుడు కాపాడినప్పుడు, వారి చుట్టూగల అనేకమందిని కాపాడాలని ఆయన కోరుకుంటాడు.”

కార్నిలియస్- కార్యములు 10

“కార్నిలియస్ తో మాట్లాడమని పేతురుకు యేసు చెప్పెను. పేతురు మాట్లాడుతున్నప్పుడు, కార్నిలియస్ లో పవిత్రాత్మ నిండెను, అందరూ సందేశాన్ని వినిరి. కార్నిలియస్ విశ్వసించగా, అతని చుట్టూ వున్నవారందరూ కూడా విశ్వసించిరి. ”

ఫిలిప్పిలోని కారాగారాధిపతి – కార్యములు 19

“భూకంపం వచ్చి, కారాగారం తలుపులు తెరుచుకున్నప్పటికీ కూడా పౌలు, సిలాసు కారాగారంలోనే వుండిరి. ఇది చూసి

కారాగారాధిపతులు ఆశ్చర్యపోయి, యేసు ప్రభువులో విశ్వాసం పొందిరి. తన మాత్రం ఇంటిని దేవుడు చక్కగా రక్షించుకుంటాడు.”

“విశ్వాసాన్ని ఎన్నడూ విడిచిపెట్టవద్దు, మీ కుటుంబంలోని ప్రతిఒక్కరూ రక్షణ పొందాలని, కలిసి శాశ్వతత్వంలో గడపపాలని ప్రార్థించండి!”

జ్ఞాపక వాక్యం

-- యోహాను ***12:26*** *-- ఒకడు నన్ను సేవించినయెడల నన్ను వెంబడింపవలెను; అప్పుడు నేను ఎక్కడ ఉందునో అక్కడ నా సేవకుడును ఉండును; ఒకడు నన్ను సేవించినయెడల నా తండ్రి అతని ఘనపరచును. (NLT)*

- ప్రతిఒక్కరూ నిలబడి, జ్ఞాపకపద్యాన్ని పదిసార్లు కలిసి చెప్పాలి. మొదటి ఆరుసార్లు, అభ్యాసకులు తమ బైబిల్ లేదా విద్యార్థి నోట్స్ ను ఉపయోగించవచ్చు. చివరి నాలుగుసార్లు, వారు పద్యాన్ని జ్ఞాపకంనుంచి చెప్పాలి. తాము పద్యాన్ని చెప్పడానికిముందు ప్రతిసారి అభ్యాసకులు సూచన చెప్పాలి. పూర్తయ్యాక కూర్చోవాలి.

- ఇది ‘అభ్యాస’ విభాగంలో పాఠం పూర్తయినట్టు అభ్యాసకులకు తెలియడానికి సాయపడుతుంది.

సాధన

- ఈ తరగతిలో తమ ప్రార్ధనా భాగస్వామికి ఎదురుగా కూర్చోవాలని అభ్యాసకులు అడగండి. పాఠాన్ని బోధించేందుకు భాగస్వాములు పరస్పరం వంతులు తీసుకోవాలి.

“ఎక్కువమంది సోదరులు, సోదరీమణులుగల జోడీలోని వ్యక్తి నాయకుడవుతారు.”

- పేజీ 21లోని శిక్షణనిచ్చే శిక్షకుల ప్రక్రియను అనుసరించాలి.
- ‘అధ్యయన’ విభాగంలోని ప్రతి అంశాన్ని వారు ఖచ్చితంగా ఎలా బోధించాలని మీరు అనుకుంటున్నారో వివరించండి.

  “మీ విషయంలో నేను చేసినట్టుగానే ప్రశ్నలు అడగండి, కలిసి గ్రంథాలు చదవండి, ప్రశ్నలకు జవాబు ఇవ్వండి.”

- ఒకరికొకరు శిక్షణనివ్వడాన్ని అభ్యాసకులు అభ్యాసం చేశాక, ఒక కొత్త భాగస్వామిని గుర్తించి, మళ్ళీ అభ్యాసం చేయమనండి. శిక్షణకు బయట ఈ పాఠాన్ని పంచుకోగలిగే వారొకరి గురించి ఆలోచించాలని అభ్యాసకులను కోరండి.

  “శిక్షణకు బయట ఈ పాఠాన్ని మీరు బోధించగలిగే వారొకరి గురించి ఆలోచించేందుకు కొన్ని నిమిషాలు తీసుకోండి. ఈ పాఠం మొదటి పేజీ పైభాగంపై ఆ వ్యక్తి పేరు రాయండి.”

ముగింపు

కార్యములు 20 మ్యాప్- రెండో భాగం

“మీ కార్యములు 29 మ్యాప్ లో, యేసు ఎక్కడ పనిచేశారో బొమ్మగీసి, ప్రదేశాలను గుర్తించండి. యేసు ఎక్కడ పనిచేశారో మీకు తెలుసిన కనీసం అయిదు ప్రదేశాలను మీ మ్యాప్ పై గుర్తించండి, ప్రతి ప్రదేశంపైన అడ్డగీత గీయండి. ఆ ప్రదేశంలో యేసు ఎలా పనిచేశారనేది గుర్తించండి.“

MY ACTS 29
sick people
school
family
my friend
Bible school
RIVER
RIVER
poor people
Lake
Football Field
Military Base

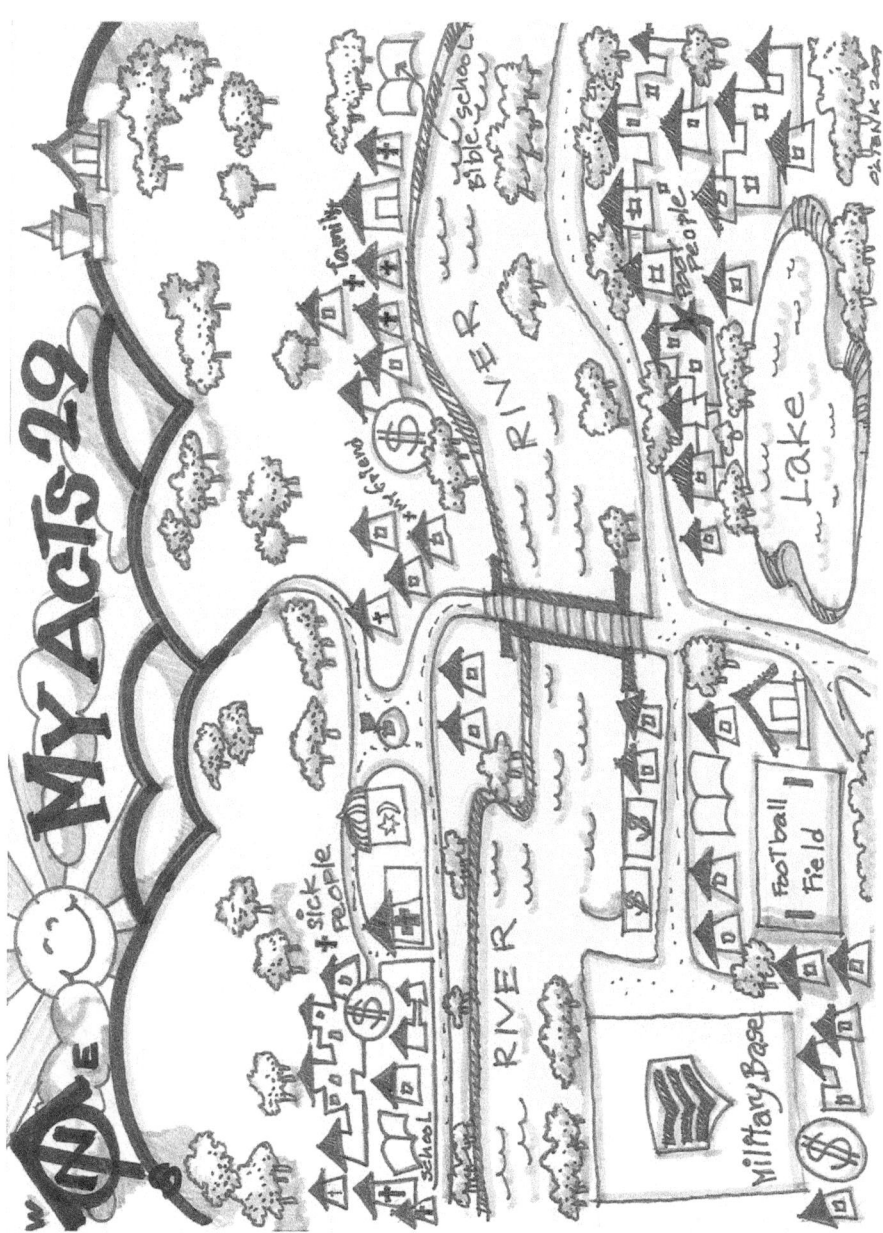

8

పంచు

పంచుకోవడం యేసును ఒక సైనికునిగా పరిచయం చేస్తుంది: శత్రువులతో సైనికులు పోరాడుతారు, కష్టాలను సహిస్తారు, ఖైదీలకు స్వేచ్ఛను అందిస్తారు. యేసు ఒక సైనికుడు; మనం ఆయనను అనుసరించినప్పుడు, మనం కూడా సైనికులవుతారు.

యేసు పనిచేసే చోట మనం ఆయనతో కలిసిన వెంటనే, మనం ఆధ్యాత్మిక యుద్ధాన్ని ఎదుర్కొంటాం. విశ్వాసులు సైతానును ఎలా ఓడిస్తారు? శిలువపై యేసు మరణించడంద్వారా, సాక్ష్యాన్ని పంచుకోవడంద్వారా, మన విశ్వాసంకోసం మరణించడానికైనా భయపడకపోవడంద్వారా మనం సైతానును ఓడించగలం.

నేను యేసును కలవడానికి ముందు, నేను యేసును ఎలా కలిశాను, యేసుతో కలిసి వర్ధిల్లడంవల్ల నా జీవితంలో వచ్చిన మార్పు అంశాలతో కూడిన నా కథతో కలిసి ఒక శక్తివంతమైన సాక్ష్యం వుంటుంది. పంచుకోవడాన్ని మూడు లేదా నాలుగు నిమిషాలకు మనం పరిమితం చేసుకున్నప్పుడు, మన మతాంతరీకరణ వయసును పంచుకోనప్పుడు (ఎందుకంటే వయసు ప్రధానం కాదు), మనం ఉపయోగించే భాషను విశ్వాసులు సులభంగా అర్థం చేసుకోగలిగినప్పుడు సాక్ష్యాలు అత్యంత శక్తివంతంగా వుంటాయి.

ఈ తరగతి ఒక పోటీతో ముగుస్తుంది: దారితప్పిన 40మంది వ్యక్తుల పేర్లను ఎవరు అతి త్వరగా రాయగలరు. మొదటి, రెండు, మూడు స్థానాలకు బహుమతులు ఇస్తారు, అయితే చివరికల్లా ప్రతిఒక్కరూ బహుమతులు పొందుతారు, ఎందుకంటే మన సాక్ష్యాన్ని ఎలా ఇవ్వాలన్నది మనం తెలుసుకున్నప్పుడు మనమందరం “విజేతలమే.

స్తోత్రం

- దేవుని ఉనికి, ఆశీర్వాదాల కోసం ప్రార్థించమని ఎవరినైనా అడగండి.
- కలిసి రెండు బృందగీతాలు లేదా స్తోత్రాలు పాడమనండి.

ప్రార్థన

- అభ్యాసకులను అంతకుముందు వారు భాగస్వాములుగా వుండని వేరొకరితో జోడీలుగా ఏర్పాటుచేయాలి.
- ప్రతి అభ్యాసకుడు తన భాగస్వామితో ఈ క్రింది ప్రశ్నల సమాధానాలను పంచుకోవాలి:

  1. దారితప్పిన వ్యక్తుల్లో మీకు తెలిసి రక్షించాల్సిన వారికోసం మనం ఎలా ప్రార్థించాలి?
  2. మీరు శిక్షణ ఇస్తున్న బృందంకోసం మనం ఎలా ప్రార్థించాలి?

- ఒక భాగస్వామి వేరొకరికి శిక్షణ ఇవ్వడాన్ని ప్రారంభించకపోతే, వారి ప్రభావ పరిధిలో వుండి వారు శిక్షణ ప్రారంభించగలిగే అవకాశం వున్నవారికోసం ప్రార్థించాలి.
- భాగస్వాములు కలసి ప్రార్థించాలి.

అధ్యయనం

సమీక్ష

ప్రతి సమీక్షా కార్యక్రమం ఒకేలా వుంటుంది. లేచి నిలబడి, ఇంతకుముందు నేర్చుకున్న పాఠాలను వల్లించమని అభ్యాసకులను అడగాలి. వారు చేతులను కదిలించేలా కూడా

చూడాలి. గత నాలుగు పాఠాలను సమీక్షించాలి.

జీసన్ ను అనుసరించేందుకు ఏ ఎనిమిది చిత్రాలు మనకి దోహదం చేస్తాయి?

సైనికుడు, అన్వేషకుడు, గొర్రెలకాపరి, విత్తేవాడు, కుమారుడు, దేవదూత, సేవకుడు, కార్యదక్షుడు

ప్రార్థన

దేవదూత చేసే మూడు పనులు ఏమిటి?

మనం ఎలా ప్రార్థించాలి?

దేముడు మనకి ఎలా జవాబు చెబుతారు?

దేవుని ఫోన్ నెంబర్ ఏమిటి?

విధేయత

ఒక సేవకుడు చేసే మూడు పనులేమిటి?

అత్యున్నత అధికారం ఎవరిది?

ప్రతి విశ్వాసికి యేసు ఇచ్చిన నాలుగు ఆజ్ఞలేమిటి?

యేసుకు మనం ఏ విధంగా విధేయత చూపాలి?

ప్రతి విశ్వాసికి యేసు చేసిన వాగ్ధానం ఏమిటి?

నడక

కుమారుడు చేసే మూడు పనులేమిటి?

యేసు పరిచర్యలో మూలమైన శక్తి ఏది?

శిలువ ఎక్కడానికి ముందు పరిశుద్ధాత్మ గురించి విశ్వాసులకు యేసు ఏమని వాగ్దానం చేశారు?

తన పునరుద్ధానం తర్వాత పరిశుద్ధాత్మ గురించి విశ్వాసులకు యేసు ఏమని ప్రమాణం చేశారు?

పరిశుద్ధాత్మకోసం అనుసరించాల్సిన నాలుగు ఆజ్ఞలు ఏవి?

వాళ్ళు

అన్వేషకుడు చేసే మూడు పనులేమిటి?

ఎక్కడ పరిచర్య చేయాలో యేసు ఎలా నిర్ణయించుకున్నారు?

ఎక్కడ పరిచర్య చేయాలో మనం ఎలా నిర్ణయించుకోవాలి?

దేవుడు పనిచేస్తున్నట్టయితే మనం ఎలా తెలుసుకోవాలి?

యేసు ఎక్కడ పనిచేస్తారు?

యేసు పనిచేసే మరో ప్రదేశం ఏమిటి?

యేసు దేనిని ఇష్టపడతారు?

- మత్తయి 26:53 -- నేను నా తండ్రిని సహాయం కావాలని అడగలేననుకొన్నావా? నేను అడిగిన వెంటనే పన్నెండు దళాలకంటే ఎక్కువ మంది దేవదూతల్ని పంపుతాడు. (CEV)

“యేసు ఒక సైనికుడు. ఆయన తన రక్షణకోసం దేవతలకు చెందిన 12 సైన్యాలను పిలుస్తారు, ఎందుకంటే దేవుని సైన్యానికి ఆయన సర్వసేనాధిపతి. సాతానును ఆధ్యాత్మిక యుద్ధంలో ఆయన ఎదుర్కొంటారు, అంతిమంగా శిలువ పైనుంచి చెడును ఓడిస్తారు.”

సైనికుడు
✋ కత్తిని పైకెత్తండి

ఒక సైనికుడు చేసే మూడు పనులేమిటి?

> *--మత్తయి 1:12-15--* వెంటనే దేవుని ఆత్మ యేసును ఎడారి ప్రాంతానికి తీసుకు వెళ్ళాడు. ఆయన అక్కడ నలభై రోజులున్నాడు. సాతాను ఆయనని పరీక్షించాడు. ఆయన మృగాల మధ్య జీవించాడు. దేవదూతలు ఆయనకు పరిచర్యలు చేసారు. యోహాను చెరసాలలో వేయబడ్డాడు. యేసు గలిలయకు వెళ్ళి దేవుని సువార్తను ప్రకటించాడు. ఆయన, “దేవుని రాజ్యం వస్తుంది. ఆ సమయం దగ్గరకు వచ్చింది. మారుమనస్సు పొంది సువార్తను విశ్వసించండి” అని ప్రకటించాడు. *(CEV)*

1. సైనికులు శత్రువులతో పోరాడుతారు.

   “యేసు శత్రువుతో యుద్ధం చేసి, గెలిచారు.”

2. సైనికులు కష్టాలను సహిస్తారు.

   “యేసు భూమిమీద వున్నప్పుడు ఆయన అనేక అంశాల్లో కష్టాలుపడ్డారు.”

3. సైనికులు బందీలకు స్వేచ్ఛ కల్పిస్తారు.

   “యేసు’ సామ్రాజ్యం ప్రజలకు స్వేచ్ఛ కల్పించేందుకు వచ్చింది.”

   “యేసుఒకసైనికుడు.దేవునిసైన్యానికిఆయనసారథ్యం వహిస్తారు, ఆధ్యాత్మిక యుద్ధంలో సాతానుతో పోరాడతారు. మనకోసం శిలువపైనుంచి యేసు విజయాన్ని సాధించారు. యేసు మనలో జీవిస్తున్నందున, మనం కూడా విజయం సాధించే సైనికులమవుతాం. మనం ఆధ్యాత్మిక యుద్ధంలో పోరాడతాం, మన సైన్యాధిపతిని సంతోషపెట్టేందుకు కష్టాలను సహిస్తాం, బందీలు స్వేచ్ఛ పొందేందుకు తోడ్పడతాం.”

మనం సైతానును ఎలా ఓడిస్తాం?

--ప్రకటన 12:11 -- గొఱ్ఱెపిల్ల రక్తంతో, తాము బోధించిన సత్యంతో మన సోదరులు వాణ్ణి ఓడించారు. వాళ్ళు తమ జీవితాలని, చావుకు భయపడేటంతగా ప్రేమించలేదు. (NLT)

గొఱ్ఱెపిల్ల రక్తంతో

"శిలువ పై యేసు చిందించిన రక్తం వల్ల మనం సైతానును గెలవగలం. ఆయనవల్ల, ఆయన చేసినదానివల్ల మనం విజేతలకన్నా అధికులం."

గొర్రె పిల్ల రక్తం

✋ మీ రెండు అరచేతులను మీ మధ్య వేలితో చూపండి - శిలువ వేయడానికి గుర్తుగా తెలిపే భాష.

"మీరు ఆధ్యాత్మిక యుద్ధాన్ని ఎదుర్కొంటున్నందున, శిలువపైనుంచి సైతానును యేసు ఓడించారని గుర్తుంచుకోండి! యేసును ఎప్పుడు చూసినా సైతాను వణుకుతాడు, కళ్ళనీళ్ళు పెట్టుకుంటాడు, ఏడుస్తాడు. తనను ఒంటరిగా వదిలేయాలంటూ యేసును వేడుకుంటాడు.

"శుభవార్త ఏమిటంటే యేసు మనలో జీవిస్తున్నారు. కనుక, సైతాను మనలో యేసును ఎప్పుడు చూసినా, అతను వణికిపోవడం, కళ్ళనీళ్ళు పెట్టుకోవడం ప్రారంభిస్తాడు. అతను ఒక బిడ్డ మాదిరిగా ఏడుస్తాడు! యేసు శిలువమీద చేసినదానివల్ల సైతాను ఒక ఓడిపోయిన శత్రువు! దీన్ని మరచిపోవద్దు: విషయాలు ఎంత కష్టమైనవైనా సరే పరవాలేదు, మనం గెలుస్తాం! మనం గెలుస్తాం! మనం గెలుస్తాం!"

మన సాక్ష్యం

"మన సాక్ష్యం అనే శక్తివంతమైన ఆయుధంద్వారా మనం సైతానును గెలుస్తాం. మన జీవితంలో యేసు చేసిన దానిపై మన సాక్ష్యంతో ఎవరూ వాదించలేరు. మనం ఈ

ఆయుధాన్ని ఏ సమయంలోనైనా, ఏ ప్రదేశంలోనైనా ఉపయోగించుకోవచ్చు."

సాక్ష్యం....
మీరు ఎవరితోనో మాట్లాడుతున్నట్టుగా నోటిచుట్టూ చేతులను కప్పుకోండి.

మరణించేందుకు భయం లేదు

"దేవునితో మన నిత్యత్వం భద్రమైనది. ఆయనతో మనం ఉండడం ఉత్తమం; సువార్తను వ్యాప్తిచేసేందుకు ఇక్కడ వుండడం అవసరం. మనం పోగొట్టుకోం!"

మరణించేందుకు భయంలేదు...
గొలుసుల్లో వున్నట్టుగా మణికట్లను దగ్గరగా వుంచండి.

శక్తివంతమైన ఒక సాక్ష్యం సారాంశం ఏమిటి?

నేను యేసును కలుసుకోకముందు నా జీవితం

ముందు....
మీకు ఎదురుగా ఎడమవైపును చూపండి.

"మీరు ఒక విశ్వాసిగా మారకమునుపు మీ జీవితం ఎలా వుండేదో వివరించండి. మీరు ఒక క్రైస్తవ గృహంలో పెరిగినట్టయితే, ఒక క్రైస్తవ గృహం ఎలా వుంటుందనేది వినేందుకు విశ్వాసం లేనివారు ఆసక్తి చూపుతారు."

యేసును నేను ఎలా కలిశాను

ఎలా
మీకు ఎదురుగా మధ్యవైపును చూపండి

“యేసువg మీరు ఎలా నమ్మడం ప్రారంభించారో, ఆయనను ఎలా అనుసరించారో వివరించండి.”

నేను యేసును కలిసిన తర్వాత నా జీవితం

మీ కుడిపక్కకు తిరిగి, చేతులను పైకి, కిందికి కదల్చండి.

“మీరు మతాంతరీకరణ చెందిన తర్వాత యేసును అనుసరించడం ఎలా అనిపించిందో, ఆయనతో మీకుగల సంబంధం ఎలాంటిదని మీకు అనిపిస్తోందో వివరించండి.”

ఒక సులభమైన ప్రశ్న అడగండి

“మీ సాక్ష్యం చివరిలో, వ్యక్తిని ఒక ప్రశ్న అడగండి, ‘యేసును అనుసరించడం గురించి మరింత వినాలనుకుంటున్నారా?’ఇది‘దేవుడుపనిచేస్తున్నాడా?’ ప్రశ్న.”

మీ కణత దగ్గర చేతివేలు పెట్టుకోండి – మీరు ఒక ప్రశ్నకు జవాబు ఆలోచిస్తున్నట్టు.

“వారు ‘అవును’ అని సమాధానమిస్తే, ఈ సందర్భంలో దేవుడు పనిచేస్తున్నారని మీరు తెలుసుకుంటారు. తనవైపు ప్రజలను ఆకర్షించే ఒకే ఒకరు దేవుడు. ఈ సమయంలో, యేసును అనుసరించడం గురించి మరింతగా వారితో పంచుకోండి.

“వారు ‘వద్దు’ అని అన్నట్టయితే, దేవుడు పనిచేస్తున్నాడు,కానీ వారు ఆయనపట్లస్పందించేందుకు సిద్ధంగా లేరు. వారికోసం మీరు ఒకసారి ప్రార్థన చేయాలా అని వారిని అడగండి, అలా చేయండి, మీ మార్గంలో కొనసాగండి.”

అనుసరించాల్సిన కొన్ని ముఖ్య మార్గదర్శకాలు ఏవి?

మీ తొలి సాక్ష్యాన్ని 3 నుంచి 4 నిమిషాలకి పరిమితం చేయండి

“ఈ ప్రపంచంలో దారితప్పిన వ్యక్తులు చాలామంది వుంటారు; ఎవరు స్పందిస్తారో, ఎవరు స్పందించరో గమనించేందుకు మీ ప్రాథమిక సాక్ష్యం సాయపడేలా దాన్ని పరిమితం చేయండి. వీటన్నిటికన్నా, పరిశుద్ధాత్మ మార్గదర్శకత్వాన్ని అనుసరించండి. మూడు లేదా నాలుగు గంటలు కాకుండా కేవలం మూడు నుంచి నాలుగు నిమిషాలు మాత్రమే పంచుకోవాలనే ఆలోచనను కొత్త విశ్వాసులు సౌకర్యవంతంగా భావిస్తారు!”

విశ్వాసిగా మారినప్పుడు మీ వయసు ఎంతో చెప్పకండి

“యేసుకు మీరు ఒక అనుచరునిగా మారినప్పుడు మీ వయసు ఎంతనేది ముఖ్యంకాదు,కానీ మీ సాక్ష్యాన్ని విశ్వాసి కాని వారితో మీరు పంచుకున్నప్పుడు ఇది తప్పుడు సందేశం ఇస్తుంది. మీరు విశ్వాసి అయినప్పటి వయసుకన్నా వారు చిన్నవారైనట్టయితే, తర్వాతిదాకా వేచివుండాలని వారు ఆలోచించవచ్చు. ఒకవేళ మీరు విశ్వాసి అయినప్పటికన్నా వారు పెద్ద వయసువారైతే, వారు తమ అవకాశాన్ని పోగొట్టుకున్నామని భావించవచ్చు. ఈరోజే మోక్ష దినమని బైబిల్ చెబుతుంది. మీరు మతాంతరీకరణ చెందినప్పటి వయసును చెప్పడం సాధారణంగా పరిస్థితిని గందరగోళంలోకి మాత్రమే నెడుతుంది.”

క్రైస్తవ భాషను ఉపయోగించవద్దు

“స్వల్ప సమయంలోనే వ్యక్తులు విశ్వాసులుగా మారిన తర్వాత, ఇతర క్రైస్తవులు ఉపయోగించే భాషను వాడడం వారు ప్రారంభిస్తారు. ‘గొఱ్ఱెపిల్ల రక్తంలో శుభ్రమవడం’ లేదా ‘వరండాలోకి నడవడం’ లేదా ‘నేను మతబోధకునితో మాట్లాడాను’, లాంటి పదబంధాలు

విశ్వాసం లేనివారికి ఒక విదేశీ భాషలా వినిపిస్తాయి. వీలైనంతవరకూ సరళమైన క్రైస్తవ భాషను మనం వాడాలి, దీనివల్ల వారు వీలైనంత స్పష్టంగా మన సాక్ష్యాన్ని పంచుకొని, సువార్తను అర్థం చేసుకోగలుగుతారు.”

జ్ఞాపక వాక్యం

-- 1 కొరింథీయులకు 15:3,4-- ను పొందిన దానిని మీకు మొదట అందించాను. లేఖనాల్లో వ్రాయబడిన విధంగా క్రీస్తు మన పాపాల నిమిత్తం మరణించాడు. లేఖనాల్లో వ్రాయబడిన విధంగా ఆయన పాతి పెట్టబడి మూడవ రోజున బ్రతికింపబడ్డాడు....

- ప్రతిఒక్కరూ లేచి నిలబడి, జ్ఞాపకపద్యాన్ని పదిసార్లు కలిసి చెప్పాలి. మొదటి ఆరుసార్లు, అభ్యాసకులు తమ బైబిల్ లేదా విద్యార్థి నోట్స్ ను ఉపయోగించవచ్చు. చివరి నాలుగుసార్లు, వారు పద్యాన్నిజ్ఞాపకంనుంచిచెప్పాలి.తాముపద్యాన్ని చెప్పడానికి ముందు ప్రతిసారి అభ్యాసకులు సూచన చెప్పాలి. పూర్తయ్యాక కూర్చోవాలి.

సాధన

- మీరు వారికి ఇచ్చిన వర్ణనను ఉపయోగించి వారి సాక్ష్యాన్ని వారు తమ నోట్ పుస్తకాల్లో రాసుకోవాలని మీరు అభ్యాసకులకు చెప్పండి. ఇది చేసేందుకు వారికి పది నిమిషాల సమయం కేటాయిస్తున్నామని చెప్పండి, ఆ తర్వాత బృందంలోని ఒకరిని పిలిచి వారి సాక్ష్యాన్ని పంచుకోమని కోరండి.

- పదినిమిషాలు పూర్తవగానే, ఇక వ్రాయడం ఆపి తమ కలాల్ని పక్కన పెట్టమని అభ్యాసకులకు చెప్పండి. బృందానికి వారి సాక్ష్యం ఇచ్చేందుకు ఒకరిని మీరు పిలవబోతున్నారని వారికి చెప్పండి. కొద్ది సెకన్లు విరామం ఇవ్వండి, తర్వాత, మీరు మీ సాక్ష్యాన్ని

బృందానికి ఇవ్వబోతున్నట్టు ప్రకటించండి. గొప్ప ఉపశమనం లభించిన సంకేతాలు వెలువడతాయి!

- పైన పేర్కొన్న వర్ణన, మార్గదర్శకాలను ఉపయోగించి మీ సాక్ష్యాన్ని పంచుకోండి. మీ సాక్ష్యం చివరిలో, వర్ణన, మార్గదర్శకాల్లోంచి అంచెలంచెలుగా వెళ్ళి, మీరు మీ సాక్ష్యాన్ని సరిగ్గా ఇచ్చారా అని అభ్యాసకులను అడగండి.

- ఈ పాఠం “అభ్యాసం” విభాగం జరుగుతున్నప్పుడు, అభ్యాసకులకు సమయం ఇచ్చేందుకు మీ గడియారం ఉపయోగించండి. అభ్యాసకులను జోడీలుగా విభజించండి, వారి సాక్ష్యం పంచుకునేందుకు మూడేసి నిమిషాల చొప్పున వారికి సమయం ఉందని చెప్పండి.

  “గట్టిగా చెప్పగలిగే వ్యక్తి నాయకుడవుతారు, ముందుగా చెప్పే వ్యక్తి అవుతారు.”

- జోడీలో మొదటి వ్యక్తి సమయం గుర్తించి, మూడు నిమిషాలు ముగిసినప్పుడు “ఆపండి” అని చెప్పండి. తమ భాగస్వామి వర్ణనను అనుసరించాడా, ఒక శక్తివంతమైన సాక్ష్యంకోసం నాలుగు మార్గదర్శకాలను అనుసరించాడా అని అభ్యాసకులను అడగండి. తర్వాత, మూడు నిమిషాల్లో తమ సాక్ష్యాన్ని పంచుకోవాలని జోడీలోని రెండో వ్యక్తిని అడగండి. మళ్ళీ, అభ్యాసకులను అభిప్రాయాలు అడగండి.

- ఇద్దరు భాగస్వాములూ పంచుకున్న తరువాత, కొత్త భాగస్వాములను ఎంచుకోమని అభ్యాసకులకు చెప్పండి, ఎవరికి పెద్దగొంతు, బిగ్గరగా మాట్లాడగలుగుతున్నారో నిర్ణయించండి, తమ సాక్ష్యాన్ని పంచుకోవడాన్ని అభ్యసించమనండి. బృందాన్ని జోడీలుగా కనీసం నాలుగుసార్లు విభజించేందుకు ప్రయత్నించండి.

- ఒకరికి ఒకరు పాఠాన్ని బోధించిన తర్వాత, శిక్షణ తర్వాత వారు ఈ పాఠాన్ని ఎవరితో పంచుకోవాలనుకుంటున్నారో ఆలోచించాలని అభ్యాసకులను అడగండి. పాఠం మొదటి పేజీ పైభాగంలో ఆ వ్యక్తి పేరును వారిని రాయమనండి.

ఉప్పు, చక్కెర

హృదయం నుంచి పంచుకోవడం ఎంత ముఖ్యమో వివరించేందుకు, అభిప్రాయాలు తెలియజేసే ఒక సందర్భంలో ఈ బొమ్మను ఉపయోగించమనండి.

> “తాజాగా, పక్వానికి వచ్చిన పండు ఎల్లప్పుడూ ఎంతో రుచిగా వుంటుంది! అది తియ్యగా వుంటుంది, మీ నోటిని ఆనందంతో నింపుతుంది! నేను అనాసపండు గురించి ఆలోచించినప్పుడు, పసుపుపచ్చగా, తియ్యగా, అది నాకు నోరూరిస్తుంది.
>
> “మీకు పండు రుచిని మరింత బాగా చేయగలిగే మార్గం నాకు తెలుసు! కొంచెం చక్కెర, ఉప్పు లేదా మిరియం కలపండి. ఊఊఊమ్! అప్పుడు అది నిజంగా రుచికరంగా వుంటుంది! నేను ఇప్పుడే దాన్ని రుచిచూశాను
>
> “అదే విధంగా, మీరు ఎప్పుడు పాఠం బోధించినా లేదా సువార్త పంచుకున్నా, దేవుడి మాట ఎల్లప్పుడూ బాగుంటుంది, పండులా వుంటుంది. మనం దాన్ని రుచిచూడాలి, దేవుడు మంచివాడని గుర్తించాలి. అయితే, మీరు భావోద్వేగంతో మీ మనసునుంచి ఎప్పుడు పంచుకుంటారో, అది పండుకు చక్కెర, ఉప్పు లేదా కారం మిరియాలు చేర్చడం వుతుంది. అది దాన్ని ప్రత్యేకంగా రుచికరం చేస్తుంది!
>
> “మీరు మళ్ళీసారి మీ భాగస్వామితో దీన్ని పంచుకున్నప్పుడు, మీరు మాట్లాడేదానికి ఎక్కువ ఉప్పు, చక్కెర లేదా మిరియాలు చేర్చాలని మిమ్మల్ని నేను కోరుతున్నాను.”

ముగింపు

దారితప్పిన 40 మంది వ్యక్తుల పేర్లు ఎవరు వేగంగా జాబితా రాశారు?

- తమ నోట్ పుస్తకంలో, ఒకటి నుంచి నలభై వరకూ పేర్లు రాయాలని ప్రతి వ్యక్తిని అడగండి.

  “మనం ఒక పోటీలో పాల్గొంటున్నాం. మనకు మొదటి, రెండవ, మూడవ స్థానాలకు బహుమతులు లభిస్తాయి.”

- మీరు “ప్రారంభించండి!” అని చెప్పిన తర్వాత తమకు తెలిసిన 40మంది విశ్వాసం లేని వ్యక్తుల పేర్లు రాయాలని ప్రతి ఒక్కరికీ చెప్పండి. ఆ వ్యక్తుల పేర్లు వారు గుర్తుతెచ్చుకోలేకపోతే, “క్షురకుడు” లేదా “పోస్ట్ మేన్” లాంటి ఏదో ఒకటి రాయమనండి. మీరు ప్రారంభించాలని చెప్పకముందు ఎవరూ మొదలుపెట్టకుండా చూడండి.

- మీరు ఆదేశాలిస్తున్నప్పుడు రాసేందుకు కొందరు సిద్ధమవుతారు. మీరు ఆదేశాలిస్తున్నప్పుడు అభ్యాసకులు తమ కలాలను గాలిలోకి లేపేందుకు ఇది తోడ్పడుతుంది.

- పోటీని ప్రారంభించండి, తమ జాబితాను పూర్తిచేశాక వ్యక్తులు లేచి నిలబడాలి. మొదటి, రెండవ, మూడవ స్థానాలకు బహుమతులివ్వండి.

  “తమ విశ్వాసాన్ని విశ్వాసులు పంచుకోకపోవడానికి రెండు కారణాలున్నాయి: ఎలా అనేది వారికి తెలియకపోవడం, ఎవరితో తాము సువార్త పంచుకోవాలో వారికి తెలియకపోవడం. ఈ పాఠంలో, మనం రెండు సమస్యలను పరిష్కరించాం. సువార్తను ఎలా పంచుకోవాలో ఇప్పుడు మీరు తెలుసుకున్నారు, ఎవరితో పంచుకోవాలనే జాబితా మీ దగ్గర వుంది.”

- తాము సాక్ష్యాన్ని ఎవరితో పంచుకోవాలనుకుంటున్నారో, తమ జాబితాలోని అలాంటి అయిదుగురు వ్యక్తుల ముందు నక్షత్రం గుర్తులు వుంచాలని అభ్యాసకులకు చెప్పండి. వచ్చేవారంలో అలా చేయాలని వారిని ప్రోత్సహించండి.

  "మీ చేతులవైపు చూడండి. ప్రతిరోజూ మీరు ప్రార్థన చేయాల్సిన అయిదుగురు దారితప్పిన వ్యక్తులను మీ అయిదువేళ్ళుగుర్తుచేస్తాయి.మీరుపాత్రలనుశుభ్రం చేస్తున్నప్పుడు, రాస్తున్నప్పుడు, కంప్యూటర్ మీద టైపింగ్ చేస్తున్నప్పుడు, మీరు ప్రార్థించాలని మీ చేతిలోని అయిదు వేళ్ళు మీకు గుర్తుచేస్తాయి."

- తమ జాబితాలోని కోల్పోయిన వ్యక్తులకోసం బృందంగా ప్రార్థించేందుకు సమయం కేటాయించాలని అభ్యాసకులను అడగండి.

- ప్రార్థనా సమయం తరువాత, ప్రతిఒక్కరికీ ఒక బహుమతిగా క్యాండీ ముక్కను ఇవ్వండి, "మనమందరం అప్పుడు విజేతలమే, ఎందుకంటే సువార్తను ఎలా పంచాలో, మన జీవితాల్లో ఎవరితో పంచుకోవాలో మనకు తెలుసు", అని చెప్పండి.

MY ACTS 29
N
E
W
sick People
school
RIVER
RIVER
Military Base
Football field
my friend
family
Bible school
People
Lake
People to share gospel with

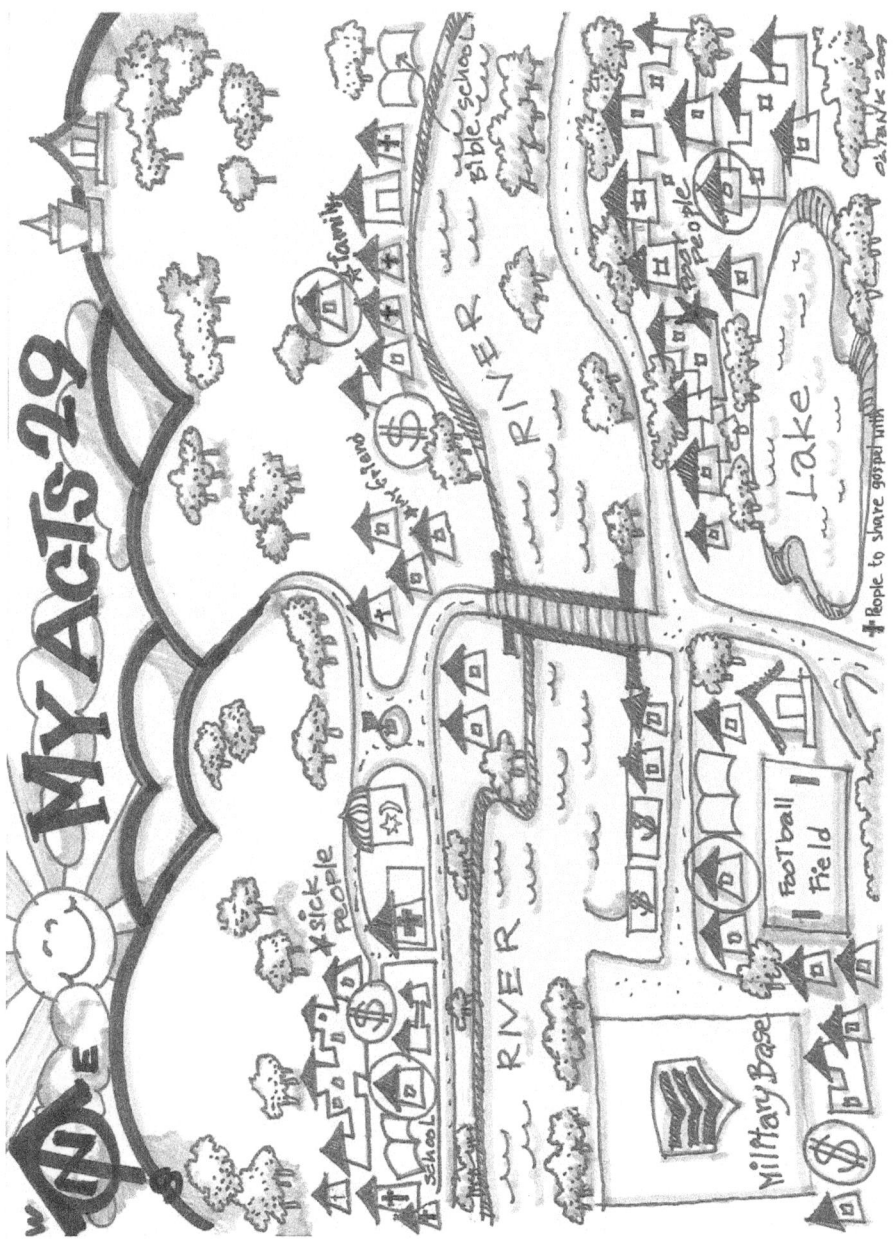

9

విత్తుట

విత్తుట యేసును విత్తనాలు చల్లేవానిగా పరిచయం చేస్తుంది: విత్తనాలు నాటేవారు విత్తనాల్ని చల్లుతారు, తమ పొలాలను కాపాడుకుంటారు, గొప్ప ఫలసాయాన్ని చూసి ఆనందపడతారు. యేసు ఒక విత్తనాలు నాటేవాడు, ఆయన మనలో జీవిస్తున్నారు; మనం ఆయనను అనుసరించినట్టయితే, మనం కూడా విత్తనాలు నాటేవారం అవుతాం. మనం కొద్దిగా నాటినప్పుడు, కొద్ది ఫలసాయం వస్తుంది, మనం ఎక్కువగా నాటినట్టయితే, మనం ఎక్కువ దిగుబడి వస్తుంది.

ప్రజల జీవితాల్లో మనం నాటేది ఏమిటి? కేవలం సామాన్యమైన సువార్త వారిని మార్చి, దేవుడి కుటుంబంలోకి తిరిగి తెస్తుంది. ఒక వ్యక్తి జీవితంలో దేవుడు పనిచేస్తున్నాడని మనం ఒకసారి తెలుసుకుంటే, మనం సామాన్యమైన సువార్తను వారితో పంచుకోగలం. వారిని రక్షించేది భగవంతుని శక్తేనని మనం తెలుసుకుంటాం.

స్తోత్రం

- దేవుని ఉనికి, ఆశీర్వాదాల కోసం ప్రార్థించమని ఎవరినైనా అడగండి.

- కలిసి రండి బృందగీతాలు లేదా స్తోత్రాలు పాడమనండి.

ప్రార్థన

- అభ్యాసకులను అంతకుముందు వారు భాగస్వాములుగా వుండని వేరొకరితో జోడీలుగా ఏర్పాటుచేయాలి.

- ప్రతి అభ్యాసకుడు తన భాగస్వామితో ఈ క్రింది ప్రశ్నల సమాధానాలను పంచుకోవాలి:

    1. దారితప్పిన వ్యక్తుల్లో మీకు తెలిసి రక్షించాల్సివున్న వారికోసం మనం ఎలా ప్రార్థించాలి?

    2. మీరు శిక్షణ ఇస్తున్న బృందంకోసం మనం ఎలా ప్రార్థించగలం?

- ఒక భాగస్వామి వేరొకరికి శిక్షణ ఇవ్వడాన్ని ప్రారంభించకపోతే, వారి ప్రభావ పరిధిలో వుండి వారు శిక్షణ ప్రారంభించగలిగే అవకాశం వున్నవారికోసం ప్రార్థించాలి.

- భాగస్వాములు కలిసి ప్రార్థించాలి.

అధ్యయనం

సమీక్ష

ప్రతి సమీక్షా కార్యక్రమం ఒకేలా వుంటుంది. నిలబడి, ఇంతకుముందు నేర్చుకున్న పాఠాలను అప్పగించాలని అభ్యాసకులను అడగాలి. వారు చేతులను కదిలించేలా కూడా చూడాలి. గత నాలుగు పాఠాలను సమీక్షించాలి.

జీసస్ ను అనుసరించేందుకు ఏ ఎనిమిది చిత్రాలు మనకి దోహదం చేస్తాయి?

సైనికుడు, అన్వేషకుడు, గొర్రెలకాపరి, విత్తేవాడు, కుమారుడు, దేవదూత, సేవకుడు, కార్యదక్షుడు

విధేయత

ఒక సేవకుడు చేసే మూడు పనులేమిటి?

అత్యున్నత అధికారం ఎవరిది?

ప్రతి విశ్వాసికి యేసు ఇచ్చిన నాలుగు ఆజ్ఞలేమిటి?

యేసుకు మనం ఏ విధంగా విధేయత చూపాలి?

ప్రతి విశ్వాసికి యేసు చేసిన వాగ్ధానం ఏమిటి?

నడక

కుమారుడు చేసే మూడు పనులేమిటి?

యేసు పరిచర్యలో మూలమైన శక్తి ఏది?

శిలువ ఎక్కడానికి ముందు పరిశుద్ధాత్మ గురించి విశ్వాసులకు యేసు ఏమని వాగ్దానం చేశారు?

తన పునరుద్ధానం తర్వాత పరిశుద్ధాత్మ గురించి విశ్వాసులకు యేసు ఏమని ప్రమాణం చేశారు?

పరిశుద్ధాత్మకోసం అనుసరించాల్సిన నాలుగు ఆజ్ఞలు ఏవి?

వాళ్ళు

అన్వేషకుడు చేసే మూడు పనులేమిటి?

ఎక్కడ పరిచర్య చేయాలో యేసు ఎలా నిర్ణయించుకున్నారు?

ఎక్కడ పరిచర్య చేయాలో మనం ఎలా నిర్ణయించుకోవాలి?

దేవుడు పనిచేస్తున్నట్టు మనం ఎలా తెలుసుకోవాలి?

యేసు ఎక్కడ పనిచేస్తున్నారు?

యేసు పనిచేసే మరో ప్రదేశం ఏమిటి?

పంచు

ఒక సైనికులు చేసే మూడు విషయాలు ఏమిటి?

మనం సైతాన్ ను ఎలా ఓడించగలం?

శక్తివంతమైన సాక్ష్యం సారాంశం ఏమిటి?

పాటించాల్సిన ముఖ్యమైన కొన్ని మార్గదర్శకాలు ఏమిటి?

యేసు ఎలా వుంటారు?

-- మత్తయి *13:36,37* -- *ఆ తర్వాత ఆయన ప్రజల్ని వదిలి యింట్లోకి వెళ్ళాడు. ఆయన శిష్యులు వచ్చి ఆయన్ని, "పొలంలోని కలుపు మొక్కల ఉపమానాన్ని గురించి మాకు వివరంగా చెప్పండి" అని అడిగారు. యేసు ఈ విధంగా సమాధానం చెప్పాడు: "మంచి విత్తనాన్ని నాటుతున్న వాడు మనుష్య కుమారుడు. (NASB)*

"యేసు విత్తులు నాటేవాడు, పంటకు ఆయనే యజమాని"

విత్తులునాటేవాడు
చేతితో విత్తులు చల్లండి

విత్తులు నాటేవారు చేసే మూడు పనులు ఏమిటి?

--మార్కు *4:26-29* -- *యేసు మళ్ళీ ఈ విధంగా అన్నాడు: "దేవుని రాజ్యం ఈ విధంగా ఉంటుంది. ఒక వ్యక్తి విత్తనాల్ని భూమ్మీద చల్లుతాడు. అవి రాత్రి, పగలు, అతడు పడుకొని ఉన్నా, లేచివున్నా మొలకెత్తి పెరుగుతూ ఉంటాయి. అవి ఏ విధంగా పెరుగుతున్నాయో అతనికి తెలియదు. భూమి తనంతకు తానే ధాన్యాన్ని పండిస్తుంది. మొదట మొలక వేసి ఆ తర్వాత కంకువేసి, ఆ కంకి నిండా ధాన్యం పండుతుంది. పంటకాలం వరకు ఆ ధాన్యం పూర్తిగా పండిపోతుంది. వెంటనే, రైతు కొడవలిపెట్టి కోస్తాడు." (CEV)*

1. విత్తేవారు మంచి విత్తనాలు నాటుతారు.
2. విత్తేవారు తమ పొలాన్ని కాపాడుకుంటారు.

3. విత్తేవారు ఒక ఫలసాయాన్ని ఆశిస్తారు.

"యేసుఒకవిత్తనాలునాటేవాడు,మనలోజీవిస్తున్నాడు. సైతాను చెడ్డ విత్తనం నాటాలనుకున్నప్పుడు, ఆయన మన హృదయాల్లో మంచి విత్తనాలు నాటుతారు. యేసు నాటే విత్తనం శాశ్వతమైన జీవితానికి దారితీస్తుంది. మనం ఆయనను అనుసరించినప్పుడు, మనం కూడా విత్తేవారం అవుతాం. మనం సువార్త అనే మంచి విత్తనం నాటాలి. మనను దేవుడు ఎక్కడికి పంపితే అక్కడ నేలను కాపాడాలి, మనం గొప్ప ఫలసాయాన్ని ఆశించాలి."

సామాన్యమైన సువార్త అంటే ఏమిటి?

-- లూకా 24: 1 -7 -- ఆదివారం తెల్లవారుఝామున ఆ స్త్రీలు తాము సిద్ధం చేసిన సుగంధ ద్రవ్యాలను తీసుకొని సమాధి దగ్గరకు వెళ్ళారు. సమాధికి ఉన్న రాయి తీసి వేయబడి ఉండటం గమనించి లోపలికి వెళ్ళి చూసారు. అక్కడ వాళ్ళకు యేసు ప్రభువు దేహం కనిపించలేదు. దీన్ని గురించి వాళ్ళింకా ఆశ్చర్యపడుతుండగా అకస్మాత్తుగా యిద్దరు వ్యక్తులు ప్రత్యక్షమై వాళ్ళ ప్రక్కన నిలుచున్నారు. వాళ్ళ దుస్తులు మెరుపువలె మెరుస్తూ ఉన్నాయి. భయంతో ఆ స్త్రీలు ముఖాల్ని వంచుకొన్నారు. ఆ దేవదూతలు, "మీరు బ్రతికి ఉన్నవాని కోసం చనిపోయిన వాళ్ళ మధ్య ఎందుకు వెతుకుతున్నారు?ఆయన బ్రతికి, యిక్కడినుండి వెళ్ళిపోయాడు. ఆయన మీతో కలిసి గలిలయలో ఉన్నప్పుడు, 'మనుష్యకుమారుడు పాపాత్ములకు అప్పగింపబడాలి; సిలువ మీద చంపబడాలి. మూడవ రోజు బ్రతికి రావాలి!' అని అన్న విషయం మీకు జ్ఞాపకం లేదా!" అని అన్నారు.

మొదటిది...

"దేవుడు పరిపూర్ణమైన ఒక ప్రపంచాన్ని సృష్టించాడు."

మీ చేతులతో ఒక పెద్ద వృత్తాన్ని తయారుచేయండి.

"తన కుటుంబంలో మానవుడిని ఒక భాగంగా ఆయన చేశాడు."

చేతులను దగ్గరచేసి బిగించండి.

రెండవది...

"దేవుడికి మానవుడు అవిధేయుడయ్యాడు, ప్రపంచంలోకి పాపాన్ని, కష్టాలను తీసుకువచ్చాడు."

పిడికిళ్ళు ఎత్తి, పోరాడుతున్నట్టు ఊహించండి.

"కనుక దేవుని కుటుంబాన్ని మానవుడు విడిచిపెట్టాడు."

చేతులు దగ్గరగా బిగించి, ఆ తర్వాత వాటిని దూరంగా వేరుచేయండి.

మూడవది...

"తన కుమారుడు యేసును భూమిపైకి దేవుడు పంపాడు. ఆయన పరిపూర్ణమైన జీవితం సాగించారు."

చేతులు తలపైకి ఎత్తి, కిందికి దించుతున్నట్టు కదల్చండి.

"మన పాపాలకోసం యేసు శిలువపై మరణించారు."

ప్రతి చేయి మధ్యవేలిని ఇంకో చేతి అరచేతిలో పెట్టండి.

"ఆయన సమాధి అయ్యారు."

కుడిచేతితో ఎడమ మోచేతిని ఎత్తి, పూడ్చిపెడుతున్నట్టుగా కుడిచేతిని వెనక్కి కదపండి.

"మూడవరోజున ఆయనను దేవుడు జీవితంలోకి తిరిగి లేచేలా చేశాడు."

✋ మూడు వేళ్ళతో చేతిని వెనక్కి లేపండి.

"మన పాపాలకోసం యేసు చేసిన త్యాగాన్ని దేవుడు చూసి, దాన్ని ఆమోదించాడు."

✋ అరచేతులు బయటివైపు వుండేలా చేతులను కిందికి తేండి. తర్వాత, మీ చేతులను పైకెత్తి, వాటిని మీ గుండెపై అడ్డంగా వుంచండి.

నాలుగవది...

"యేసును దేవుని కుమారునిగా ఎవరు విశ్వసిస్తారో, వారి పాపాలకు ఆయన మూల్యం చెల్లిస్తారు."

✋ మీరు విశ్వసించేవారివైపు చేతులు పైకెత్తండి.

"...వారి పాపాలకు పశ్చాత్తాపపడేవారికి...."

✋ అరచేతులను వెనక్కుతిప్పి ముఖాన్ని కప్పుకోండి; ముఖాన్ని పక్కకు తిప్పుకోండి.

"... కాపాడాలని కోరేవారికి..."

✋ చేతులను దోసిలిపట్టండి.

"...దేవుని కుటుంబంలోకి తిరిగి రావాలని ఆహ్వానిస్తున్నాం..."

✋ చేతులను కలిపి బిగించండి.

"దేవుడి కుటుంబంలోకి తిరిగి రావడానికి మీరు సిద్ధంగా వున్నారా? కలిసి ప్రార్థించండి. ఆయన ఒక పరిపూర్ణమైన ప్రపంచాన్ని సృష్టించారని, మీ పాపాలకోసం మరణించేందుకు తన కుమారుడిని పంపారని మీరు విశ్వసిస్తున్నట్టు దేవుడికి చెప్పండి. మీ పాపాలకు

పశ్చాత్తాపపడండి, తన కుటుంబంలోకి మిమ్మల్ని తిరిగి తీసుకోవాలని ఆయనను అడగండి."

- "ముఖ్యవిషయం! మీరు శిక్షణనిచ్చే వ్యక్తులందరూ నిజమైన విశ్వాసులని నిర్ధారించుకునేందుకు ఈ సమయాన్ని తీసుకోండి. "దేవుడి కుటుంబంలోకి తిరిగి వచ్చేందుకు మీరు సిద్ధమేనా?" అనే ప్రశ్నకు స్పందించే అవకాశం వారికి ఇవ్వండి."

- ఈ సన్నివేశంలో వారు నిష్ణాతులయ్యేవరకూ సాధారణమైన సువార్తను చెప్పడాన్ని అనేకసార్లు అభ్యాసకులతో పదేపదే చేయించండి. మా అనుభవంలో, అభ్యాసకుల్లో చాలామందికి తమ విశ్వాసాన్ని ఎలా పంచుకోవాలో తెలీదు, కనుక సాధారణమైన సువార్త అర్థమేమిటో ప్రతిఒక్కరూ స్పష్టంగా తెలుసుకునేందుకు మీరు సమయం తీసుకోండి.

- ఈ సన్నివేశంలో నిష్ణాతులయ్యేలా అభ్యాసకులకు సాయపడండి, పాఠాన్ని "నిర్మించేందుకు" చేతుల కదలికలు ఉపయోగించండి. మొదటి అంశంతో ప్రారంభించండి, దాన్ని అనేకసార్లు తిరిగి చేయండి. తర్వాత, రెండో అంశాన్ని పంచుకోండి, దాన్ని అనేకసార్లు తిరిగి చేయండి. ఆ తర్వాత, మొదటి అంశాన్ని, రెండో అంశాన్ని కలిపి పలుసార్లు సమీక్షించండి. అనంతరం, మూడో అంశాన్ని పంచుకొని, దాన్ని అనేకసార్లు తిరిగి చేయండి. తర్వాత, మొదటి అంశాన్ని, రెండో అంశాన్ని, మూడో అంశాన్ని కలిపి చేయండి. చివరిగా, అభ్యాసకులకు నాలుగో అంశాన్ని బోధించి, దాన్ని పలుసార్లు సమీక్షించండి. అప్పుడు ప్రదర్శనలో నైపుణ్యం సాధించేందుకు అనేకసార్లు తమ చేతి కదలికలతో మొత్తం సన్నివేశాన్ని అభ్యాసకులు తిరిగి చేయగలుగుతారు.

జ్ఞాపక వాక్యం

-- లూకా 8:15 -- సారవంతమైన నేలపై బడ్డ విత్తనాల సంఘటనకు అర్థం యిది: కొందరు ఉత్తమమైన మంచి మనస్సుతో విని, విన్న వాటిని హృదయాల్లో దాచుకొని పట్టుదలతో మంచి ఫలాన్నిస్తారు.

- ప్రతిఒక్కరూ నిలబడి, జ్ఞాపకపద్యాన్ని పదిసార్లు కలిసి చెప్పాలి. మొదటి ఆరుసార్లు, అభ్యాసకులు తమ బైబిల్ లేదా విద్యార్థి నోట్స్ ను ఉపయోగించవచ్చు. చివరి నాలుగుసార్లు, వారు పద్యాన్ని జ్ఞాపకంనుంచి చెప్పాలి. తాము పద్యాన్ని చెప్పడానికిముందు ప్రతిసారి అభ్యాసకులు సూచన చెప్పాలి. పూర్తయ్యాక కూర్చోవాలి.

సాధన

- దయచేసి చదవండి! విత్తనాలు నాటే పాఠంలోని సాధన భాగం ఇతర సాధన సమయాల నుంచి భిన్నమైనది.

- తమ ప్రార్థనా భాగస్వామికి ఎదురుగా నిలబడాలని అభ్యాసకులకు చెప్పండి. తమ చేతుల కదలికలను ప్రదర్శిస్తున్నప్పుడు సాధారణ సువార్తను అభ్యాసకులిద్దరూ తిరిగి చెప్పాలి.”

- మొదటి జోడీ పూర్తిచేశాక, ప్రతి ఒక్కరూ మరో భాగస్వామిని గుర్తించి, ఒకరికొకరు ఎదురుగా నిలబడి, చేతుల కదలికలతో సాధారణ సువార్తను కలిసి చెప్పాలి.

- రెండవ జోడీలు పూర్తిచేశాక, వారు సాధారణ సువార్తను ఎనిమిదిమంది భాగస్వాములతో, చేతుల కదలికలతో చెప్పగలిగేదాకా కొత్త భాగస్వాములను గుర్తించడాన్ని అభ్యాసకులు కొనసాగించాలి

- తమ ఎనిమిదో భాగస్వామితో అభ్యాసకులు పూర్తిచేశాక, ఒక బృందంగా కలిసి సాధారణ సువార్తను చెప్పాలని ప్రతిఒక్కరినీ అడగాలి. వారు అనేకసార్లు అభ్యాసం చేసిన తర్వాత ఈ చర్యను వారు ఎంత మెరుగ్గా చేయగలిగారో చూసి మీరు ఆశ్చర్యపోతారు!

సువార్త విత్తనాన్ని విత్తడాన్ని గుర్తుపెట్టుకోండి!

“గుర్తుంచుకోండి, సువార్త విత్తనం నాటాలి! మీరు విత్తనం నాటకపోతే, ఫలసాయం వుండదు. మీరు కేవలం కొన్ని విత్తనాలే నాటితే, మీకు తక్కువ ఫలసాయం లభిస్తుంది. మీరు ఎక్కువ విత్తనాలు నాటినట్టయితే, గొప్ప ఫలసాయంతో దేవుడు మిమ్మల్ని ఆశీర్వదిస్తాడు. మీకు ఏ రకమైన ఫలసాయం కావాలి?”

“యేసును అనుసరించడం గురించి ఎక్కువ తెలుసుకోవడానికి ఇష్టపడుతున్నారా అని ఎవరినైనా ఒకరిని మీరు అడిగినట్టయితే, వారు ‘అవును’ అని చెప్పినట్టయితే, సువార్త విత్తనం నాటేందుకు ఇది సమయం. వారి జీవితంలో దేవుడు పనిచేస్తున్నాడు!

“సువార్త విత్తనం నాటండి! విత్తనాలు నాటకపోతే= ఫలసాయం లేదు. యేసు ఒక విత్తనాలు నాటేవాడు, ఆయన పెద్ద ఫలసాయంకోసం చూస్తున్నారు.

“ఈ శిక్షణ బయట మీరు ఈ పాఠాన్ని బోధించగలిగే ఒకరి గురించి ఆలోచించేందుకు కొద్ది క్షణాలు తీసుకోండి. ఈ పాఠం మొదటి పేజీలో ఆ వ్యక్తి పేరు రాయండి.”

ముగింపు

కార్యాలు 29: 21 ఎక్కడ వుంది?

“మీ బైబిల్ లోని కార్యములు 29:21కి వెళ్ళండి.”

- “కార్యములు పుస్తకంలో కేవలం ఇరవైఎనిమిది అధ్యాయాలే వున్నాయని అభ్యాసకులు చెబుతారు.

“నా బైబిల్ లో కార్యములు 29 వుంది.”

- "పలువరు అభ్యాసకులు ముందుకువచ్చి, తమ బైబిళ్ళలోని 28వ అధ్యాయం చివర్లో వేలు చూపించి, తాము కూడా కార్యములు 29 కలిగి మున్నామని చెబుతారు."

  "ఇప్పుడు 'కార్యములు 29'. మనద్వారా పరిశుద్ధాత్మ ఏం చేస్తోందో దేవుడు నమోదుచేస్తాడు, ఒక రోజున మం దాన్ని చదవగలుగుతాం. అది ఏం చెప్పాలని మీరు అనుకుంటున్నారు? మీ దృష్టి ఏమిటి? మనం పనిచేయాల్సిన మ్యాప్ 'కార్యములు 20 మ్యాప్', మన జీవితాల్లో దేవుడు ఏది చేయాలనుకుంటున్నారనే దానికోసం దృష్టి. నా కార్యములు 29 దృష్టిని మీతో పంచుకోవాలనుకుంటున్నాను."

- మీ "కార్యములు 20 దృష్టి"ని బృందంతో పంచుకోండి. విశ్వాసంలేనివారు, విశ్వాసులు: రెండు రకాల వ్యక్తుల భావనను తప్పక జతచేయండి. మనం విశ్వాసం లేనివారితో సువార్తనుపంచుకోవాలని, క్రీస్తును ఎలా అనుసరించాలో, వారి విశ్వాసాన్ని ఎలా పంచుకోవాలో విశ్వాసులకు శిక్షణనివ్వాలని దేవుడు కోరుతున్నాడు.

  "మన కార్యములు 20 మ్యాప్ లు మనం మోయాలని దేవుడు పిలుపునిచ్చే శిలువకు ప్రాతినిధ్యం వహిస్తాయి. ఇప్పుడు మన మ్యాప్ లను తెలియబరిచే, వారొకరికోసం ఒకరు ప్రార్థించే, యేసును అనుసరించేందుకు మన జీవితాలను అంకితం చేసుకునే ఒక పవిత్ర సమయంలోకి మనం ప్రవేశించాం,"

కార్యములు 29 మ్యాప్ – 3వ భాగం

- తమ మ్యాప్ లలో కొత్త శిష్యుల బృందాలకోసం కనీసం మూడు సాధ్యపడే ప్రదేశాలవద్ద వృత్తాలు గీయమని అభ్యాసకుల్ని అడగండి. వృత్తం లోపల కాదగిన బృందం నాయకుడు, కాదగిన ఆతిథ్య కుటుంబాన్ని రాయమనండి.

- వారు అప్పటికే ఒక బృందాన్ని ప్రారంభిస్తే, వేడుకచేసుకోండి, దాన్ని మ్యాప్ పై రాయమనండి. వారింకా ఒక బృందాన్ని ఇంకా ప్రారంభించనట్టయితే,

దేవుడు ఎక్కడ పనిచేస్తున్నాడో తెలుసుకునేందుకు వారికి సాయపడండి.

- తమ మ్యాప్ లను తెలియజేసేముందు, వాటిని తయారుచేసుకొనేందుకు అభ్యాసకులకు ఇదే చివరి సమయం. అవసరమైతే అదనపు సమయాన్ని అనుమతించండి.

10

చేపట్టు

చేపట్టు తరగతుల ముగింపు సమావేశం. మన శిలువమను తీసుకొని, ప్రతిరోజూ ఆయనను అనుసరించేందుకు యేసు మనకు ఆజ్ఞ ఇచ్చారు. కార్యములు 29 మ్యాప్ అనేది శిలువకు చెందిన ఒక చిత్రం, గాన్ని మోయాల్సిందిగా ప్రతి అభ్యాసకుడికి యేసు పిలుపునిచ్చారు.

ఈ చివరి సమావేశంలో, తమ కార్యములు 29 మ్యాప్ ను బృందానికి అభ్యాసకులు ప్రదర్శించాలి. ప్రతి ప్రదర్శన తర్వాత, ప్రదర్శించిన వ్యక్తిపై బృందం చేతులు వుంచి, దేవుని ఆశీస్సులకోసం, వారి పరిచర్యపై అభిషేకంకోసం ప్రార్థించాలి. ఆ తర్వాత “ని శిలువ తీసుకో, యేసును అనుసరించు,” అనే ఆజ్ఞను మూడుసార్లు తిరిగి చెప్పడంద్వారా ప్రదర్శకుడిని బృందం సవాల్ చేయాలి. అందరూ పూర్తిచేసేవరకూ అభ్యాసకులు తమ కార్యములు 29 మ్యాప్ ను ప్రదర్శించాలి. శిష్యులను తయారుచేస్తామనే నిబద్ధతతో ఆరాధనాగీతంతోను ఒక గుర్తింపుపొందిన ఆధ్యాత్మిక నాయకునితో ముగింపు ప్రార్థనతోను శిక్షణ సమయం ముగుస్తుంది.

స్తుతి

- దేవుని ఉనికి, ఆశీర్వాదాల కోసం ప్రార్థించమని ఎవరినైనా అడగండి.

- కలిసి రెండు బృందగీతాలు లేదా స్తోత్రాలు పాడమనండి.

ప్రార్థన

- నిబద్ధతగల ఈ ప్రత్యేక సమయంపై దేవుడి ఆశీస్సులకోసం ప్రార్థించాల్సిందిగా బృందంలో గుర్తింపుపొందిన ఒక ఆధ్యాత్మిక నాయకుడిని అడగాలి.

సమీక్ష

ప్రతి సమీక్షా కార్యక్రమం ఒకేలా వుంటుంది. నిలబడి, ఇంతకుముందు నేర్చుకున్న పాఠాలను అప్పగించాలని అభ్యాసకులను అడగాలి. వారు చేతులను కదిలించేలా కూడా చూడాలి. ముందరి పాఠాలను సమీక్షించాలి.

జీసస్ ను అనుసరించేందుకు ఏ ఎనిమిది చిత్రాలు మనకి దోహదం చేస్తాయి?

స్నేహితుడు, అన్వేషకుడు, గొర్రెలకాపరి, విత్తేవాడు, కుమారుడు, దేవదూత, సేవకుడు, కార్యదక్షుడు

బహుళంకావడం

ఒక సేవకుడు చేసే మూడు పనులేమిటి?

మానవునికి భగవంతుడి తొలి ఆజ్ఞ ఏమిటి?

మానవునికి యేసు ఇచ్చిన చివరి ఆజ్ఞ ఏమిటి?

నేను ఎలా ఫలప్రదంగా, విస్తరించగలను?

ఇజ్రాయిల్ వద్దగల రెండు సముద్రాలు ఏవి?

అవి ఎందుకు ఎంతో భిన్నమైనవి?

మీరు దేనిలా వుండాలని కోరుకుంటున్నారు?

ప్రేమ

గొర్రెల కాపరి చేసే మూడు పనులు ఏమిటి?

ఇతరులకి బోధించే అత్యంత ముఖ్యమైన ఆజ్ఞ ఏమిటి?

ప్రేమ ఎక్కడి నుంచి వస్తుంది?

నిరాడంబర ఆరాధన అంటే ఏమిటి?

మనకి నిరాడంబర ఆరాధన ఎందుకు వుంది?

నిరాడంబర ఆరాధన నిర్వహించడానికి ఎంత మంది అవసరం అవుతారు?

ప్రార్థన

దేవదూత చేసే మూడు పనులు ఏమిటి?

మనం ఎలా ప్రార్థించాలి?

దేవుడు మనకి ఎలా జవాబు చెబుతారు?

దేవుని ఫోన్ నెంబర్ ఏమిటి?

విధేయత

ఒక సేవకుడు చేసే మూడు పనులేమిటి?

అత్యున్నత అధికారం ఎవరిది?

ప్రతి విశ్వాసికి యేసు ఇచ్చిన నాలుగు ఆజ్ఞలేమిటి?

యేసుకు మనం ఏ విధంగా విధేయత చూపాలి?

ప్రతి విశ్వాసికి యేసు చేసిన వాగ్ధానం ఏమిటి?

నడక

కుమారుడు చేసే మూడు పనులేమిటి?

యేసు పరిచర్యలో మూలమైన శక్తి ఏది?

శిలువ ఎక్కడానికి ముందు పరిశుద్ధాత్మ గురించి విశ్వాసులకు యేసు ఏమని వాగ్దానం చేశారు?

తన పునరుద్ధానం తర్వాత పరిశుద్ధాత్మ గురించి విశ్వాసులకు యేసు ఏమని ప్రమాణం చేశారు?

పరిశుద్ధాత్మకోసం అనుసరించాల్సిన నాలుగు ఆజ్ఞలు ఏవి?

వేళ్ళు

అన్వేషకుడు చేసే మూడు పనులేమిటి?

ఎక్కడ పరిచర్య చేయాలో యేసు ఎలా నిర్ణయించుకున్నారు?

ఎక్కడ పరిచర్య చేయాలో మనం ఎలా నిర్ణయించుకోవాలి?

దేవుడు పనిచేస్తున్నట్టయితే మనం ఎలా తెలుసుకోవాలి?

యేసు ఎక్కడ పనిచేస్తారు?

యేసు పనిచేసే మరో ప్రదేశం ఏమిటి?

పంచు

ఒక సైనికులు చేసే మూడు విషయాలు ఏమిటి?

మనం సైతాన్ ను ఎలా ఓడించగలం?

శక్తివంతమైన సాక్ష్యం సారాంశం ఏమిటి?

పాటించాల్సిన ముఖ్యమైన కొన్ని మార్గదర్శకాలు ఏమిటి?

విత్తు

విత్తేవాడు చేసే మూడు పనులు ఏమిటి?

మనం పంచుకునే సాధారణ సువార్త ఏమిటి?

అధ్యయనం

యేసు తనశిష్యులకి ప్రతిరోజూ ఏమి చేయమని చెప్పెను?

--లూకా 9:23-- ఆ తర్వాత వాళ్ళతో ఈ విధంగా అన్నాడు: "నా వెంట రావాలనుకొన్నవాడు తన కోరికల్ని చంపుకొని, తన సిలువను ప్రతిరోజు మోసుకొంటూ నన్ను అనుసరించాలి"

"మిమ్మల్ని మీరు నిరాకరించుకోండి, మీ శిలువను ఎత్తుకోండి, యేసును అనుసరించండి.""

మన శిలువను స్వీకరించమని మనను పిలిచే నాలుగు గొంతులు ఏవి?

పైనగల గొంతు

--మార్కు 16:15 -- యేసు వాళ్ళతో, "ప్రపంచమంతా పర్యటన చేసి ప్రజలందరికి సువార్త ప్రకటించండి." అనాను (NLT)

సువార్తను పంచుకోవాలని స్వర్గం నుంచి యేసు మనను పిలుస్తున్నారు. ఆయన అత్యున్నత అధికారి, ఆయనకు ఎల్లవేళలా, తక్షణం, ప్రేమపూరితమైన ఒక హృదయంనుంచి మనం విధేయులుగా వుండాలి."

"ఇది మీద నుంచి వినిపిస్తున్న వాణి"

పైన.....

- ఆకాశంవైపు వేలిని చూపండి

క్రిందన వున్న గొంతు

*--లూకా **16:27-28**-- "ఆ ధనికుడు అలాగైతే 'తండ్రీ! లాజరును మా తండ్రి ఇంటికి పంపు. అక్కడ నా ఐదుగురు సోదరులున్నారు. వాళ్ళు యిక్కడకు వచ్చి హింసలు అనుభవించకుండా ఉండేటట్లు వాళ్ళకు బోధించుమని చెప్పు' అని అన్నాడు. (HCSB)*

"నరకానికి వెళ్ళిన ఒక ధనవంతుని గురించి యేసు ఒక కథ చెప్పారు. ఈ కథలో, పేదవాడైన లాజరస్ అనే వ్యక్తిని స్వర్గం వదిలివెళ్ళాలని, నరకంలోని వాస్తవం గురించి తన అయిదుగురు సోదరులను హెచ్చరించేందుకు భూమిపైకి వెళ్ళాలని ఆ ధనవంతుడు కోరుతాడు. తమకు పదేపదే హెచ్చరికలు వచ్చినట్టు అబ్రహాం చెబుతాడు. లాజరస్ భూమిపైకి వెల్ళడు. మరణించి, నరకంలో వున్న వ్యక్తులు సువార్త పంచుకోవాలని మనకు చెబుతున్నారు."

"అది కిందినుంచి వచ్చిన గొంతు."

క్రింద

✋మీ వేలిని కిందికి దించి భూమివైపు చూపించండి.

లోపలి స్వరం

*-- **1** కొరింథీయులకు **9:16** -- కాని నేను సువార్త ప్రకటిస్తున్నందుకు గొప్పలు చెప్పుకోలేను. సువార్త బోధించటం నా కర్తవ్యం. నేను సువార్త బోధించటం ఆపేస్తే నాకు శాపం కలుగుగాక!*

"సువార్తను పంచుకోమని పౌల్ లోపలగల పరిశుద్ధాత్మ బలవంతపెట్టింది. మన శిలువను స్వీకరించమని, సువార్తను పంచుకోమని అదే పరిశుద్ధాత్మ మనను పిలుస్తోంది.

"ఇది లోపలినుంచి వచ్చిన సువార్త."

లోపల

✋మీ గుండెవైపు వేలిని చూపించండి.

వెలుపలి గొంతు

--అపొస్తలుల కార్యములు 16:9 -- మాసిదోనియ ప్రాంతం వాడొకడు, "మాసిదోనియకు వచ్చి మమ్మల్ని రక్షించండి" అని వేడుకొన్నట్లు ఆ రాత్రి పౌలుకు ఒక దర్శనం కలిగింది. (NLT)

"ఆసియా వెళ్ళాలని పౌల్ అనుకున్నాడు, కాని ఆ సమయంలో అతన్ని పరిశుద్ధాత్మ వెళ్ళనీయలేదు. మార్సిడోనియా నుంచి ఒక వ్యక్తి తనను రమ్మని, సువార్త బోధించమని తనను వేడుకుంటాడన్న దృష్టి అతనికి కలిగింది. ప్రపంచమంతటామున్న చేరుకోలేని వ్యక్తులు, బృందాలు మన శిలువను స్వీకరించమని, సువార్తను పంచుకోమని మనను పిలుస్తున్నాయి.

"ఇది బయటి నుంచి వచ్చిన గొంతు."

బయట....
✋బృందంవైపు చేతిని మూసి, "ఇక్కడికి రండి" అని తెలిపేలా కదల్చండి.

- నాలుగు గొంతులను చేతి కదలికలతో పలుసార్లు అభ్యాసకులతో సమీక్షించి, ఆ గొంతు ఎవరిదో, ఎక్కడి నుంచి వస్తోందో, అది ఏం చెబుతోందో వారిని అడగండి.

ప్రదర్శనలు

కార్యాలు 29 మ్యాపులు ☛

- అభ్యాసకులను ఎనిమిదిమంది చొప్పున బృందాలుగా విభజించండి. ప్రతి బృందానికి నాయకత్వాన్ని వహించాల్సిందిగా ఎఫ్‌జేటి(FJT)లో పాల్గొన్నవారిలో ఒక గుర్తింపు పొందినఆధ్యాత్మిక నాయకుడిని అడగండి.

- అనుసరించదగిన ఈ క్రింది పరిచర్య సమయం గురించి అభ్యాసకులకు వివరించండి.

- తమ కార్యములు 29 మ్యాప్ లను వృత్తం మధ్యలో అభ్యాసకులు వుంచి, వాటిని వంతులవారీగా తమ బృందానికి ప్రదర్శించాలి. ఆ తర్వాత, కార్యములు 20 మ్యాప్ మీద బృందం లేదా అభ్యాసకుడు చేతులు వుంచి, దేవుడి శక్తికోసం తమపై ఆశీస్సులకోసం ప్రార్థించాలి.

- అభ్యాసకునికోసం ఒకే సమయంలో ప్రతిఒక్కరూ పెద్దస్వరంతో ప్రార్థించాలి. ఆత్మ నడిపిస్తున్నట్టుగా ప్రార్థన సమయాన్ని బృందంలోని గుర్తింపు పొందిన నాయకుడు ముగించాలి.

- ఈ సమయంలో అభ్యాసకుడు తన మ్యాప్ ని మడతపెట్టి, దాన్ని అతని లేదా ఆమె భుజంకింద పెట్టుకోవాలి, “నా శిలువను తీసుకొని, యేసును అనుసరించు” అని బృందమంతా ఏకస్వరంతో మూడుసార్లు చెప్పాలి. ఆ తర్వాత, తరువాతి అభ్యాసకుడు తన మ్యాప్ ని ప్రదర్శిస్తాడు, ప్రక్రియ మళ్ళీ ప్రారంభమవుతుంది.

- మీరు ప్రారంభించే ముందు, “మీ శిలువను తీసుకొని, యేసును అనుసరించండి” అని మూడుసార్లు తిరిగి చేయాలని అభ్యాసకుల్ని అడగండి, ప్రతి వ్యక్తీ తన మ్యాప్ ని ప్రదర్శించాక వారు అలా చేయాలి. ఇది వారు ఏకస్వరంతో వాక్యాన్ని ఎలా చెప్పాలనేది ప్రతిఒక్కరూ నిర్ణయించుకోవడానికి సాయపడుతుంది.

- బృందంలో ప్రతిఒక్కరూ తమ మ్యాప్ ని ప్రదర్శించాక, అభ్యాసకులు మరో బృందంలో చేరాలి, క పెద్ద బృందంలోని అభ్యాసకులందరూ తరగతిలోని అభ్యాసకులందరితో చేరేంతవరకూ ఇది పూర్తికాదు.

- బృందంలోని అభ్యాసకులకోసం అర్థవంతమైన ఒక అంకిత ఆరాధనా గీతం పాడడంతో శిక్షణ కాలం పూర్తవుతుంది.

విభాగం 3

రిఫరెన్స్

మరింత అధ్యయనం

ఇందులో వ్రాసిన అంశాలకు సంబంధించి మరింత లోతైన చర్చకోసం ఈక్రింది వనరులని ఉపయోగించవచ్చు. కొత్త ప్రాంతాల్లో పరిచర్య పనులు చేపట్టే క్రమంలో బైబిల్ తరవాత, తొలిసారి ఆయా భాషల్లోకి అనువదించాల్సిన కొత్త పుస్తకాల జాబితాల్లో ఇవి కూడా మంచి పుస్తకాలు.

బిల్హిమోర్, పాల్ (1975). డెస్టైన్డ్ ఫర్ థ్రోన్, క్రిస్టియన్ లిటరేచర్ క్రూసేడ్

బ్లాకబీ, హెన్రీ టి. కింగ్, క్లాడ్ V (1990), ఎక్స్‌పీరియన్సింగ్ గాడ్: నోయింగ్ అండ్ డూయింగ్ ద విల్ ఆఫ్ గాడ్. లైఫ్ వే ప్రెస్.

బ్రైట్, బిల్ (1971). హౌ టు బి ఫిల్డ్ విత్ ద హోలీ స్పిరిట్. క్యాంపస్ క్రూసేడ్ ఫర్ క్రైస్ట్.

కార్ల్టన్, ఆర్. బ్రూస్, (2003). ఆక్ట్స్ 19: ప్రాక్టికల్ ట్రైనింగ్ ఇన్ ఫెసిలిటేటింగ్ చర్చ్-ప్లాంటింగ్ మూవ్‌మెంట్స్ అమాంగ్ ద నెగ్లెక్టెడ్ హార్వెస్ట్ ఫీల్డ్స్. కైరోస్ ప్రెస్.

చాన్, జాన్. ట్రైనింగ్ ఫర్ ట్రైనర్స్ (టి4టి), అముద్రితం, తేదీ లేదు.

గ్రాహం, బిల్లీ (1978). ది హోలీ స్పిరిట్: ఆక్టివేటింగ్ గాడ్స్ పవర్ ఇన్ యువర్ లైఫ్, డబ్ల్యు పబ్లిషింగ్ గ్రూప్.

హోడ్జెస్, హెర్బ్ (2001). టాలీ హో ది ఫాక్స్! ది ఫౌండేషన్ ఫర్ బిల్డింగ్ వరల్డ్-విజనరీ, వరల్డ్ ఇంపాక్టింగ్, రిప్రొడ్యూసింగ్ డిసైపుల్స్. స్పిరిట్యువల్ లైఫ్ మినిస్టరీస్.

హైబెల్స్, బిల్ (1988). టూ బిజీ నాట్ టు ప్రే. ఇంటర్ వర్సిటీ ప్రెస్.

ముర్రే, ఆండ్రూ (2007). విత్ క్రైస్ట్ ఇన్ ది స్కూల్ ఆఫ్ ప్రేయర్. డిగ్గోరీ ప్రెస్.

ఆగ్డెన్, గ్రెగ్ (2003). ట్రాన్స్ఫార్మింగ్ డిసైపుల్షిప్: మేకింగ్ డిసైపుల్స్ ఎ ఫ్యూ ఎట్ ఎ టైమ్. ఇంటర్ వర్సిటీ ప్రెస్.

పేకర్, జె.ఐ (1993). నోయింగ్ గాడ్. ఇంటర్ వర్సిటీ ప్రెస్.

పెటర్సన్, జార్జి అండ్ స్కాగ్గిన్స్, రిచర్డ్ (1994). చర్చ్ మల్టిప్లికేషన్ గైడ్. విలియమ్ కేరీ లైబ్రరీ.

పైపర్, జాన్ (2006). వాట్ జీసస్ డిమాండ్స్ ఫ్రం ది వరల్డ్. క్రాస్ వే బుక్స్.

అనుబంధం ఎ

అనువాదకులకు గమనిక

దేవుని మార్గదర్శకంలో ఈ శిక్షణా సామగ్రిని ఇతర భాషల్లోకి అనువదించేందుకు రచయిత అనుమతి మంజూరు చేస్తున్నారు. యేసుని అనుసరించు శిక్షణా సామగ్రిని (FJT)ని అనుమతించేందుకు దయచేసి ఈ క్రింది మార్గదర్శకాలని పాటించండి:

- అనువాద పని ప్రారంభించడానికి ముందు పలుసార్లు ఇతరులకి ఎఫ్.జా.టి ()తో శిక్షణ ఇవ్వాల్సిందిగా మేం సూచిస్తున్నాం. అనువాదం మూలం తాలూకు అసలు అర్థాన్ని అందించేదిగా వుండాలే కాని మక్కికిమక్కీగా లేదా పదానికి పదంగా అనువదించకూడదు. ఉదాహరణకు, ఒకవేళ "Walk by the Spirit"ని మీ బైబిల్ లో "ఆత్మతో జీవించండి"అని అనువాదమై వుంటే అప్పుడు మీరు "ఆత్మతో జీవించండి"అనే వాడాల్సి వుంటుంది. చేతుల కదలికలు భంగిమలని అవసరమైనట్టూ మార్చుకోవచ్చు.

- వీలైనంతవరకూ, ఈ అనువాదం మీ ప్రజలు ఉపయోగించే సాధారణంగా ఉపయోగించే భాషలోనే వుండాలితప్ప, "మతపరమైన భాష"లోకాదు.

- మీ బృందంలో చాలా మంది అర్థం చేసుకోగలిగే బైబిల్ అనువాదాన్నే మీరూ ఉపయోగించండి. ఒకవేళ, ఒక్క అనువాదమే వుండి, అది అర్థం చేసుకోడానికి చాలా కష్టంగా వుంటే, పవిత్ర గ్రంధంలో పదాలని మరింత స్పష్టంగా అర్థమయ్యేలా చేయడం కోసం వాటిని అప్డేట్ చేయండి.

- యేసు తాలూకు ఎనిమిది చిత్రాల్లో ప్రతిదానికీ కూడా అనుకూల అర్థం వచ్చే పదాన్నే ఉపయోగించండి. వాటికి సరైన పదం దొరికి, దాన్ని ఖరారు చేయడానికి ముందు శిక్షణ ఇస్తున్న బృందం పలుమార్లు "సరైన పదాన్ని" పదేపదే ఉపయోగించి చూడాలి.

- "Saint"అనే పదాన్ని, మీ భాషలో ఆరాధన నిర్వహించే, ప్రార్థించే, అత్యున్నత నైతిక జీవనం గడిపే, పవిత్ర వ్యక్తి అనే అర్థంలో అనువదించండి. ఒకవేళ, మీ భాషలో యేసు పవిత్రతని తెలియజెప్పేందుకు అదే పదం ఉపయోగిస్తే, ఇక తిరిగి "Holy One" అని వాడాల్సిన అవసరం లేదు. మేం "Holy One"అని ఇక్కడ ఎందుకు వాడామంటే "Saint"అనే పదం యేసుని సరిగా అభివర్ణించడానికి సరిపోయేదికాదు.

- "Servant" అనేది అనుకూల అర్థంలో అనువదించడానికి కష్టతరమైనదే, అయినప్పటికీ మీరు అలా చేయడం చాలా ముఖ్యం. మీరు ఇందుకు ఉపయోగించే పెద్దమనసు, ఇతరులకు సహాయం చేయడంలో ఆనందం పొందేవాడు, శ్రమపడి పనిచేసేవాడని అభివర్ణించి, సూచించే పదాన్ని ఉపయోగించేలా మీరు జాగ్రత్త తీసుకోండి. చాలా సంస్కృతుల్లో "servant's heart" అనేది పరిచయం అయిన భావనే.

- మేం ఈ స్కిట్లన్నింటిని Southeast ఆసియాలోనే రూపొందించాం, సాధారణంగా ఇవి ఆయా సంస్కృతులకి నప్పుతాయి. మీ సంస్కృతులకి తగిన విధంగా వాటిని మార్చుకునేందుకు ప్రయత్నించండి, మీ ప్రజలకు బాగా పరిచయం అయిన అంశాలు, భావనల్ని అందులో ఉపయోగించే ప్రయత్నం చేయండి.

- ఈ పుస్తకం గురించి మీ అభిప్రాయం తెలుసుకోడానికి, ఏవిధంగానైనా మీకు సాయపడ్డానికి మేం సిద్ధంగా వున్నాం.

- translations@FollowJesusTraining.com ని సంప్రదించండి, ఫలితంగా మరింత మంది యేసుని అనుసరించేలా మనం చేతులు కలపవచ్చు!

అనుబంధం బి

తరుచు ఎదురయ్యే ప్రశ్నలు

1. ఆధునిక శిష్యులకు శిక్షణ తాలూకు ప్రధాన లక్ష్యం ఏమిటి?

ఒక చిన్న విశ్వాసుల బృందం (ఆరాధన, ప్రార్థన, బైబిల్ అధ్యయనం కోసం ఒకచోటికి చేరి, యేసు ఆజ్ఞలని పాటించేందుకు ఒకరినొకరు బాధ్యులుగా చేసుకునే) అనేది ఏదైనా ఆరోగ్యకరమైన చర్చి, లేదా దీర్ఘకాల ఉద్యమ నిర్మాణానికి కావల్సిన ప్రాథమిక వనరు, ప్రపంచంలో అందరి వద్దకూ చేరేందుకు యేసు వ్యూహాన్ని అనుసరించేందుకు వీలుగా ఆయన వ్యూహంలో తొలిమూడు దశలని శిక్షణ ఇవ్వడం ద్వారా వ్యక్తులకి సాధికారికత కల్పించడం మా లక్ష్యం: దేవునిలో బలంగా వర్థిల్లండి, సువార్తని పంచుకోండి, శిష్యులని తయారు చేయండి. మత ప్రచారకులు కొన్నిసార్లు ఉత్ప్రేరకంగా కూడా వుంటారు, కాని ఎప్పడూ శిష్యులని తయారుచేసే శిష్యఉద్యమం మీదే దృష్టికేంద్రీకరించవద్దు.

మా అనుభవంలో, శిష్యుల బృందం సృష్టించే సమాజం రూపాంతరం చెందుతున్న రకం చాలా మంది విశ్వాసులకు అనుభవంలోకి రాలేదు. శిష్యులని తయారుచేసే శిష్య ఉద్యమంలో, కుటుంబాలు పూజ నిర్వహిస్తున్నప్పుడు ఒకరికొకరు శిష్యులుగా వుంటారు, చర్చిలు వారి సభ్యులని శిష్యబృందాల్లోను, ఆదివారపు బడి తరగతుల్లోనూ చేరుస్తాయి. సెల్ గ్రూపులు వారి సభ్యులని ఒకరినొకరు ఎలా శిష్యులుగా చూడాలో శిక్షణనిస్తాయి, కొత్త చర్చిలు తరుచూ చిన్న శిష్య బృందాలని తయారు చేసుకుంటారు, ఒక ఉద్యమంలో, ఈశిష్యబృందాలు,ఎక్కడైనా,అన్నిచోట్లా వుండొచ్చు.

2. శిక్షణ, బోధనలకుమధ్య వ్యత్యాసం ఏమిటి?

జవాబుదారీతనం. బోధన మెదడుకు పనికల్పిస్తుంది. శిక్షణ అనేది చేతులకి, మనసుకి పనికల్పిస్తుంది. బోధనా వాతావరణంలో, బోధకుడు ఎక్కువ మాట్లాడతాడు, విద్యార్థులు కొద్ది ప్రశ్నలు వేస్తారు. శిక్షణ వాతావరణంలో, అభ్యాసకులు ఎక్కువ మాట్లాడతారు, బోధకులు కొన్ని ప్రశ్నలు అడుగుతారు. ఒక బోధనా కార్యక్రమం తరవాత, సాధారణంగా ఎదురయ్యే ప్రశ్న "వారికి అది నచ్చిందా?" లేదా "వారికి అర్థమయిందా?" కాని శిక్షణా కార్యక్రమం తరవాత ఎదురయ్యే కీల ప్రశ్న "వారు చేయగలరా?" అని.

3. నిర్దిష్ట కాలంలో పాఠాన్ని పూర్తిచేయలేకపోతే నేను ఏం చేయాలి?

ఎఫ్జెటి (FJT)లో ఈ శిక్షణ ప్రక్రియ చాలా ముఖ్యమైనది. అభ్యాసకులకు కేవలం సారాంశాన్ని మాత్రమే కాదు, ఇతరులకు ఎలా శిక్షణనివ్వాలో కూడా బోధించాలి. ఒకే తరగతిలో మొత్తం పాఠాన్ని పూర్తిచేసేందుకు మీకు సమయం లేనట్టయితే, "అధ్యయన" తరగతులను సగానికి విభజించాలి. శిక్షణ ప్రక్రియలోని ఒక భాగాన్ని వదిలేయడంకన్నా శిక్షణ ప్రక్రియను నిర్వహించి, పాఠాన్ని రెండు భాగాలుగా విడగొట్టడం ఉత్తమం.

సామగ్రి ఒక సంప్రదాయ బైబిల్ అధ్యయనాన్నే చాలావరకూ పోలి మున్నట్టయితే, జవాబుదారీతనాన్ని, శిక్షణ సమయాలను దాటవేయడమనేది సాధారణమైన దురాకర్షణే. అయితే, జవాబుదారీతనం, సాధన హెచ్చవేతకు కీలకం. దీన్ని దాయవేయవద్దు! బదులుగా, "అధ్యయన" విభాగాన్ని రెండు సమావేశాలుగా విభజించి, శిక్షణ ప్రక్రియను కొనసాగించండి.

4. ఎలా ప్రారంభించాలో మీరు నాకు కొన్ని ఉపాయాలు ఇవ్వగలరా?

మీతో ప్రారంభించండి. మీకు లేనిదాన్ని మీరు ఇవ్వలేరు. పాఠాలనునేర్చుకొని,వాటినిరోజువారీగామీజీవితానికి

అన్వయించుకోండి. మీరు ఇతరులకు శిక్షణనివ్వడానికి ముందు కొంత స్థాయికి మీరు చేరుకున్నారనే ఆలోచనలాంటి సర్వసాధారణమైన పొరపాటు చేయవద్దు. మీరు ఇవ్వలేనిది మీ వద్ద లేదనేది కూడా వాస్తవం. మీరు ఒక విశ్వాసి అయితే, పరిశుద్ధాత్మ మీలో జీవిస్తుంది, ఇతరులకు శిక్షణనిచ్చేందుకు అవసరమైన స్థాయికి మీరు ఎదిగే పూచీని అది ఇస్తుంది.

మీరు నేర్చుకోనిది మీరు బోధించలేరనేది వాస్తవమైనప్పటికీ, మీరు బోధించలేనిది మీరు నేర్చుకోలేరనేది కూడా వాస్తవం. అది చేయండి. బయటికి వెళ్ళి, పూర్తి పరిత్యాగంతో ఇతరులకు శిక్షణనివ్వండి. దేవుడు పనిచేసే చోట ఆయనను మీరు కలుసుకుంటూ, ఇతరులకు శిక్షణనిచ్చేందుకు అక్కడ అనేక అవకాశాలుంటాయి. అదే తీవ్రతతో అయిదుగురు వ్యక్తులకు మీరు శిక్షణనిచ్చినట్టయితే, మీరు యాభైమంది వ్యక్తులకు శిక్షణనివ్వగలుగుతారు, (వైస్ వెర్సా.) కొంచెం చల్లండి; కొంచెం ఫలితం, ఎక్కువ చల్లండి; ఎక్కువ ఫలితం. ఇతరులకు శిక్షణనివ్వడంలోని మీ అంకితభావానికి ప్రత్యక్షమైన నిష్పత్తిలో చాలా తరచుగా మీరు ఫలసాయాన్ని చూడగలరు.

5. “5వ నియమం” ఏమిటి?

వేరే వ్యక్తికి శిక్షణనిచ్చేందుకు అవసరమైన ఆత్మవిశ్వాసం వారికి కలిగేముందు ఒక పాఠాన్ని అయిదుసార్లు అభ్యాసకులు తప్పనిసరిగా సాధన చేయాలి. మొదటిసారి, “ఇది ఒక మంచి పాఠం, కృతజ్ఞతలు” అని అభ్యాసకులు చెప్పాలి. రెండవసారి (వారు పాఠం నేర్చుకున్న తర్వాత), “నేను ఈ పాఠాన్ని బోధించగలనని అనుకుంటున్నాను, కాని ఖచ్చితంగా చెప్పలేను” అని వారు చెప్పాలి. మూడోసారి, “నేను అనుకున్నట్టుగా ఈ పాఠం బోధించడానికి కష్టమైనదేమీ కాదు. నేను అది సులువుగా చేయగలను” అని చెప్పాలి.

నాలుగోసారి, “ఈ పాఠం ఎంత ముఖ్యమైనదో తెలుసుకున్నాను, ఇతరులకు బోధించాలనుకుంటున్నాను. అది ప్రతిసారీ మరింత సులువవుతుంది” అని అభ్యాసకులు చెప్పాలి. అయిదోసారి, “ఈ పాఠం ఎలా చెప్పాలో

వేరేవారికి శిక్షణనిచ్చేందుకు వీలుగా ఇతరులకు నేను శిక్షణ ఇవ్వగలను, మన స్నేహితులు, కుటుంబం, జీవితాలను మార్చేందుకు ఈ పాఠాన్ని దేవుడు ఉపయోగించుకుంటారని నేను విశ్వాసంతో వున్నాను" అని అభ్యాసకులు చెప్పాలి.

ఒక పాఠం సాధన 'చూడడం' లేదా 'చేయడం'తో కలిసి ఉంటుంది. ఈ కారణంగా, ఈ సాధనా సమయాన్ని రెండింతలు చేయాలని మేము సిఫారసు చేస్తున్నాం. తమ ప్రార్థనా భాగస్వామితో ఒకసారి దీన్ని అభ్యాసకులు సాధన చేయాలి తర్వాత మరో భాగస్వామితో కలిసి, ఈ పాఠాన్ని మళ్ళీ చేయాలి.

6. మీరు అన్ని చేతి కదలికలు ఎందుకు ఉపయోగిస్తున్నారు?

ఇది మొదట తెలివితక్కువగా కనిపించవచ్చు, కాని సామగ్రిని ఎంతో వేగంగా గుర్తుంచుకునేందుకు ఇది వారికి సాయపడుతుందని చాలామంది వ్యక్తులు త్వరలోనే గ్రహిస్తారు. శారీరక చర్యలతో, దృశ్యపరంగా నేర్చుకునే శైలులతో కూడిన వాటికి చేతికదలికలు ఉపయోగించడం సాధనమవుతుంది.

అయితే, చేతి కదలికలతో జాగ్రత్తగా వుండండి! మీరు ఎవరికి శిక్షణనిస్తున్నారో వారి స్థానిక సంప్రదాయాలను పరిశీలించండి. చేతి కదలికల్లో చౌకబారు అభిరుచి ఏదీ వుండకుండా లేదా మీరు ఉద్దేశించినదానికన్నా ఏదీ భిన్నంగా వుండకుండా చూసుకోండి. ఈ బోధన సామగ్రిలోని చేతి కదలికలను అనేక ఆగ్నేయాసియా దేశాల్లో మేము పరీక్షకు పెట్టాం. అయితే కాలానుగుణంగా పరిశీలించుకోవడం అనేది ఇప్పటికీ ఒక మంచి ఆలోచన.

వైద్యులు, న్యాయవాదులు, ఇతర విద్యాధికులైన అభ్యాసకులు నేర్చుకోవడాన్ని ఆనందించడం, చేతి కదలికలను చేయడం చూసి ఆశ్చర్యపడొద్దు. మనం తరచూ వినే ఒక వ్యాఖ్య ఏమిటంటే "చివరగా చెబుతున్నా! నేను ఇతరులకు బోధించగలిగే పాఠాలు ఇవి, వాటిని వారు అర్థం చేసుకుని, వాటిని ఆచరిస్తారు."

7. పాఠం చాలా సరళంగా ఎందుకు వుండాలి?

యేసు ఒక సరళమైన, గుర్తుండిపోయే మార్గంలో శిక్షణనిచ్చారు. మనం నిజ జీవిత ఉదాహరణలను (స్కిట్స్), కదలికలను ఉపయోగించాం. ఎందుకంటే ఇది యేసు ఆచరించినది. ఒక పాఠం "నాప్కిన్ పరీక్ష"లో గెలిచినప్పుడు మాత్రమే అది నిజంగా పునరుత్పాదకమైనదని మనం విశ్వసిస్తాం. (మామూలు గా భోజనం చేస్తున్నప్పుడు ఈ పాఠం ఒక నేప్కిన్ మీద రాయగలిగేలా, వెంటనే అభ్యాసకుడు పునరుత్పత్తి చేసేలా వుందా?) ఎఫ్ జాటిలోని పాఠాలు "తమకు తాము బోధిస్తాయి", మంచి విత్తనాన్ని నాటేందుకు పరిశుద్ధాత్మపై ఆధారపడతాయి. పునరుత్పాదకతకు నిరాడంబరత ఒక కీలకమైన అంశం.

8. ఇతరులకు శిక్షణనిచ్చేటప్పుడు జరిగే సాధారణ పొరపాట్లేమిటి?

- *వారు శిక్షణలోని జవాబుదారీ కోణాన్ని దాటవేస్తారు:* ఒక ప్రత్యేకమైన చిన్న బృందం సమావేశం ఆరాధన, ప్రార్థన, బైబిల్ అధ్యయనంతో కూడి వుంటుంది. శిక్షణ కూడా ఈ మూడింటితో కలిసి వుంటుంది. కాని ఒక "సాధనా" సమయంలో జవాబుదారీతనం కూడా జత అవుతుంది. ప్రేమపూర్వక వైఖరిలో ఇతరుల జవాబుదారీతనాన్ని తాము నిలబెట్టలేమని చాలామంది వ్యక్తులు విశ్వసిస్తారు. కనుక ఈ భాగాన్ని దాటవేస్తారు. ఒక ఉదాహరణను ఏర్పరచడంద్వారా, నిష్పాక్షికమైన ప్రశ్నలు అడగడంద్వారా, ఏదేమైనా, ప్రతి ఒక్కరిని జవాబుదారీగా ఒక బృందం వుంచగలదు, గణనీయమైన ఆధ్యాత్మిక వృద్ధిని చూడగలదు.

- *వారు కొందరిమీదే దృష్టిపెట్టారు, అందరిమీద కాదు:* ఒకరిపై ఒకరు శిష్యరికం అనే ఆలోచన సిద్ధాంతరీత్యా మంచిదే, కాని అది సాధనలో అసంపూర్ణమవుతుంది. ఒక చిన్న బృందం ఏర్పాటులో శిష్యులను తయారుచేయడాన్ని బైబిల్ నిబంధన చూస్తుంది. యేసు ఎక్కువ సమయాన్ని పేతురు, యాకోబు, యోహానులతో గడిపారు. పేతురు శిష్యులను-తయారుచేసేందుకు జరిపిన ప్రయాణాల్లో ఆయన వెంట ఒక బృందం వ్యక్తులు వున్నారు, జెరూసలేం వద్దగల చర్చిలో సాయపడ్డారు. ఆయన "శిష్యరికం" అందించిన వ్యక్తుల

బృందాల జాబితాను పాలు తన లేఖల్లో పేర్కొన్నాడు. నిజానికి, మీరు శిక్షణనిచ్చే వ్యక్తుల్లో కేవలం పదిహేనునుంచి ఇరవైశాతంమంది మాత్రమే తమకుతాము శిక్షణనిచ్చేవారుగా మారుతారు. ఈ వాస్తవం గురించి నిరుత్సాహపడవద్దు. ఈ శాతంతోనైనాసరే, సువార్త విత్తనాన్ని విస్తారంగా నాటడంపై మనకు విశ్వాసం ఉన్నట్టయితే శిష్యులను-తయారుచేసే ఒక ఉద్యమాన్ని యేసు తీసుకువస్తారు.

- వారు చాలా ఎక్కువగా మాట్లాడతారు: తొంభై-నిమిషాల ఒక ప్రత్యేకమైన తరగతిలో, ఒక బృందంతో శిక్షకుడు మాత్రం 30 నిమిషాలపాటు మాట్లాడవచ్చు. శిక్షణ తరగతిలో ఎక్కువ సమయాన్ని ఉమ్మడి ఆరాధనలో, ప్రార్థనలో, పంచుకోవడంలో, సాధనలో అభ్యాసకులు ఖర్చుచేస్తారు. పాశ్చాత్య విద్యా నేపథ్యంనుంచి వచ్చిన చాలామంది ఈ కాలక్రమాన్ని తిరగేయాలనే ఉచ్చులో పడతారు.

- వారు పునరుత్పాదకరహితమైన మార్గంలో శిక్షణనిస్తారు: శిష్యులను-తయారుచేసే ఉద్యమానికి పునరుత్పాదకత కీలకం. దీని ఫలితంగా, మీరు శిక్షణనిచ్చే చాలా ముఖ్యమైన వ్యక్తులు కేవలం గదిలోనే కాదు; ఇతరులకు శిక్షణనివ్వగల మూడు, నాలుగు, అయిదు తరాల శిష్యులకు శిక్షణనిచ్చేవారు అవుతారు. తరువాతి తరంలోని శిష్యులు “నేను చేసేదాన్ని ఖచ్చితంగా అనుకరించాలా, ఇతరులకు దాన్ని అందజేసేలా వుంటారా” అనేది దారిచూపే ఒక తప్పనిసరి ప్రశ్న కావాలి. నాలుగోతరం విశ్వాసులు తమ తరగతుల్లో మీరు అందించన సామగ్రులనే పంచుకోని, ప్రదర్శించి, బోధించినట్టయితే జరిగేదేమిటి? వారు సులువుగా అనుసరించగలిగితే, అది పునరుత్పాదకమైనది. వారు దాన్ని అవలంబించినట్టయితే, అది పునరుత్పాదకరహితమైనది.

9. చేరలేని వ్యక్తుల బృందం (యుపిజి)లో విశ్వాసులు లేనట్టయితే నేనేం చేయాలి?

    - ఎఫ్‌జేటి (FJT) సామగ్రిని నేర్చుకోండి, శిష్యరికాన్ని ప్రారంభించండి, మీ యుపిజిలో ఉన్నవారిని చూడండి. అన్వేషకులకు యేసు ఎవరు,

క్రైస్తవుడు కావడం అంటే ఏమిటి అనే దానిపై స్పష్టమైన చిత్రాన్ని యేసును అనుసరించే శిక్షణ ఇస్తుంది. ఆగ్నేయాసియాలో, మేము తరచూ వ్యక్తులకు శిక్షణనిచ్చి, ఆ తర్వాత క్రైస్తవమతం అనుసరించే వారిగా చేసేవార. ఇది చేసేందుకు ఎలాంటి బాదిరింపూ లేని మార్గాన్ని ఎఫ్‌జెటి (FJT) మీకు ఇస్తుంది.

- సన్నిహితంగా సంబంధాలుగల వ్యక్తుల బృందంలో విశ్వాసులను గుర్తించండి. మీరు చేరుకునేందుకు ప్రయత్నించే బృందంతో ఆర్థిక, రాజకీయ, భౌగోళిక, సాంస్కృతిక సారూప్యతలు ఉన్నవారికి ఎఫ్ జెటి సామగ్రితో శిక్షణనివ్వండి, పొరుగునగల వ్యక్తుల బృందంలో తమ మిత్రులను చేరుకునేందుకు ఒక దృక్పథాన్ని కల్పించండి.

- మీ యుపిజినుంచి వ్యక్తులను గుర్తించేందుకు పాఠశాలలను, బైబిల్ పాఠశాలలను సందర్శించండి.

- తరచుగా, అప్పటికే వృద్ధిచెందిన నాయకులను దేవుడు కలిగివుంటాడు (మనకు వారి గురించి తెలియదు, అంతే). మీ యుపిజినుంచి తల్లిదండ్రుల్లో ఒకరుమాత్రమే ఉన్నవారిని గుర్తించండి. చాలాసార్లు ఈ నాయకులు యుపిజికి బరువు అవుతారు, కాని వారిని ఎలా చేరాలనేదానిపై చిన్న అనుభవం కావాలి.

10. కొత్తగా శిష్యుల శిక్షణ ప్రారంభించే కొత్త శిష్యులకోసం తొలి దశలు ఏమిటి?

అభ్యాసకులు వారు సాధనచేసిన సరళమైన ఆరాధనా నమూనాను అనుసరించేలా ప్రోత్సహించండి. బృందం కలిసి కీర్తించాలి, తర్వాత కలిసి ప్రార్థించాలి. "అధ్యయన" విభాగంలో, వారు ఎఫ్‌జెటి(FJT)లోని పాఠాల్లో ఒకదాన్ని ఒకరికొకరు బోధించుకోవాలి లేదా మూడు అప్లికేషన్ ప్రశ్నలతో కూడిన ఒక బైబిల్ కథను చెప్పాలి.

"సాధన" విభాగంలో, వారు వేరొకరికి పాఠాన్ని మళ్ళీ బోధించాలి. తరగతిలో సరళమైన ఆరాధన

నమూనాను తొమ్మిదిసార్లు సాధన చేయాలి, తాము వదిలివెళ్ళేటప్పటికి ఒక శిష్య బృందాన్ని ప్రారంభించగలమనే ఆత్మవిశ్వాసం కలిగివుండాలి.

11. శిక్షకులు ఈ సామగ్రులను ఉపయోగించిన్న కొన్ని భిన్నమైన ప్రదేశాలు ఏమిటి?

ఈ క్రింద మార్గాల్లో ఎఫ్జేటిని శిక్షకులు విజయవంతంగా ఉపయోగించారు:

- గోష్టుల ఏర్పాటు - ఒక గోష్టిలో శిక్షణ నిచ్చేందుకు ఏర్పాటుచేసే బృందంలో అభ్యాసకుల సంఖ్య 24-30 కి మించకుండా వుండడం ఉత్తమం. అభ్యాసకుల విద్యాస్థాయి మీద ఆధారపడి ఈ తరగతి రెండున్నరనుంచి మూడు రోజుల్లో ముగుస్తుంది.

- వారపు తరగతులు- ఒక వారపు ఏర్పాటులో శిక్షణనిచ్చేందుకు 10-12 మంది అభ్యాసకుల సంఖ్య ఉత్తమమైనది. సరళమైన ఆరాధనకోసం అదనపు సాధనా సమయాలు 12 వారాల శిక్షణ చక్రాన్ని ఏర్పరుస్తాయి. ప్రత్యేకంగా, ఈ తరగతులు ఎవరో ఒకరి ఇంట్లో లేదా ఒక చర్చిలో జరుగుతాయి. తాము సాధారణమైన వారంలో ఇతరులకు శిక్షణనిచ్చామనేది తెలుసుకొని కొందరు శిక్షకులు వారంలో రెండుసార్లు బృందాలకు నాయకత్వం వహిస్తారు. ఈ దృక్పథం ఒక చర్చి-ఏర్పాటు ఉద్యమంలో ప్రత్యేకమైన వేగాన్ని గుర్తించేందుకు తోడ్పడుతుంది.

- ఆదివారం పాఠశాల తరగతులు- ఆదివారం పాఠశాలలో శిక్షణనిచ్చేందుకు 8నుంచి 10మంది అభ్యాసకుల సంఖ్య ఉత్తమమైనది. శిక్షణ ప్రక్రియ నిడివి కారణంగా, ప్రతి పాఠంలోని “అధ్యయన” భాగం సామాన్యంగా సగానికి విడగొట్టి, రెండు ఆదివారాల్లో బోధించాలి. ప్రతిసారి సరళమైన ఆరాధన గురించి నొక్కి చెప్పాలి, కనుక శిక్షణ 20 వారాలపాటు సాగుతుంది.

- పాఠశాల లేదా బైబిల్ కళాశాల తరగతులు - ఇవాంజిలిజం లేదా శిష్యరిక తరగతుల సమయంలో ఒకవారం ఉధృతంగా

సన్నద్ధమైన సమయంలో లేదా ఒక వారం ప్రాతిపదికన ఎఫ్ జెటిని శిక్షకులు ఉపయోగించాలి.

- సదస్సులు- బృందాలు, లేదా సమూహాల గణాంకాలపై ఆధారపడి ప్రధాన శిక్షకునికి శిక్షణలోవున్నవారు అదనంగా సాయం చేసినట్టయితే ఎఫ్ జెటి ప్రాథమిక శిష్యరికంలో దాదాపు వందమంది అభ్యాసకులతో కూడిన పెద్ద బృందాలవరకూ శిక్షణనివ్వవచ్చు.

- జ్ఞానోపదేశాలు- ఎఫ్ జెటి పూర్తిచేశాక, పాస్టర్లు తరచూ తమ చర్చిల్లో పాఠాలను బోధిస్తారు. యేసును అనుసరించడంకోసం ఇతరులకు శిక్షణనిచ్చేవారిలో ఇది ఆసక్తిని, ఉద్వేగాన్ని కలిగిస్తుంది. ఈ ప్రేరణ అనేది, ఏమైనప్పటికీ, ఎఫ్ జెటి సామగ్రిని "బోధించడానికి" సంబంధించినది, దానితో వ్యక్తులకు "శిక్షణ" ఇవ్వడానికి కాదు. తాము ఉపన్యాసాల్లో పాఠాలను ఉపయోగించేటప్పుడు ఈ ప్రమాదం జరగకుండా పాస్టర్లు నిరోధించాలి. సమూహంలోని ఇతరులకు శిక్షణనిచ్చేందుకు శిష్యులు సాధికారత పొందే మార్గంలో పాఠాలను పాస్టర్లు ఉపయోగించాలి

- మతబోధనా ప్రసంగాలు- ఆచరణీయమైన ఒక మార్గంలో దేశీయులకు తాము ఎలా శిక్షణనివ్వాలనేది తమ మద్దతుదార్లతో మతబోధకులు పంచుకోవాలి. తాము యేసును ఒకసరళమైనమార్గంలోఎలా అనుసరించాలనేది నేర్చుకునేందుకు ఎంత ఉత్సుకతతో వున్నారో, మతబోధకుడు ఆ క్షేత్రంలో ఎలా పనిచేస్తున్నారో మద్దతుదార్లు తరచూ వ్యాఖ్యానించాలి.

- తర్ఫీదు- బోధించే సమయాల్లో నాయకులకు శిక్షణనిచ్చేందుకు పాఠాల్లోని భాగాలను కొందరు శిక్షకులు ఉపయోగిస్తారు. ఎఫ్ జెటి సంపూర్ణమైనదైనందున (ప్రతిభాగం విస్తారంగా వుండి, ఇతర భాగాలను వివరిస్తుంది), శిక్షణలో ఏ అంశంనుంచైనా ఒక శిక్షకుడు ప్రారంభించవచ్చు, యేసును అనుసరించడంపై పూర్తి చిత్రాన్ని తాము ఇచ్చామని ధీమాగా చెప్పవచ్చు.

12. నిరక్షరాస్యులైన, కొద్దిగా విద్యావంతులైన వ్యక్తులు శిక్షణ తరగతులకు హాజరైనట్టయితే నేనేం చేయాలి?

ఆహ్, ఈ అంశం గురించి మేము కొన్ని అనుభవాలు మీతో పంచుకోగలం! ఒకరు చేయదగినది. ఉత్తరపు కొండల్లోని గిరిజనుల నుంచి ప్రధానంగా మహిళలకోసం థాయ్ లాండ్ లో ఒక శిక్షణ కార్యక్రమాన్ని మేము రూపొందించడం మాకు బాగా గుర్తుంది. ఎలా చదవాలి లేదా రాయాలి అనేది నేర్చుకోవడం వారి సంస్కృతిలో, యుక్తవయసు వచ్చేవరకూ మహిళలకు నిషేధం. అలాగే, చాలామంది నేర్చుకోలేదని దీని అర్థం.

శిక్షణ ఏర్పాటులో సాధారణంగా, పురుషులు నేర్చుకునేటప్పుడు మహిళలు నిశ్శబ్దంగా కూర్చుని, వింటారు. అయితే, అనుసరించే యేసు శిక్షణలోని చేతులు-ఉపయోగించే దృక్పథంతో, మహిళలందరూ మూడు-రోజుల వ్యవధిలో శిక్షణలో పాల్గొన్నారు. గ్రంథాలను గట్టిగా (మొత్తం బృందం కలిసి గట్టిగా చదవడానికి బదులు) చదవాల్సిదిగా ఒక పాఠకుడిని కోరాం, శిక్షణ సమయంకోసం మహిళలను (జోడీలకు బదులుగా) అయిదు లేదా ఆరుగురు చొప్పున విభజించాం. “ఇప్పుడు మేము వేరేవారికి ఇవ్వగలిగే కొన్ని విషయాలను మేము నేర్చుకున్నాం” అని మహిళలు చెప్పినప్పుడు ఆ మూడురోజుల్లోని ప్రధాన సమయాల్లో ఆనందభాష్పాలు స్వేచ్ఛగా ప్రవహించాయి.

అనుబంధం సి

సరిచూసుకోవలసిన జాబితా

శిక్షణకు ముందు...

- ప్రార్థనా బృందం పేర్ల జాబితా రాసుకోవాలి- శిక్షణ వారానికి ముందు వెనుక శిక్షణను సంధానపరిచేందుకు 12 మంది వ్యక్తులతో ఒక ప్రార్థనా బృందం జాబితా రాసుకోవాలి. ఇది చాలా ముఖ్యం!

- శిక్షణార్థి జాబితాను రాసుకోవాలి- బృందానికి మీతో కలిసి బోధించేందుకు, గతంలో ఎఫ్ జెటి- అభ్యుదయ శిష్యుల శిక్షణ కార్యక్రమానికి హాజరైన ఒకరి పేరును రాసుకోవాలి.

- పాల్గొనేవారిని ఆహ్వానించాలి- పాల్గొనేవారిని సాంస్కృతికంగా సున్నితమైన రీతిలో ఆహ్వానించాలి. ఉత్తరాలు, ఆహ్వానాలు తదితరాల్ని పంపడంతో కలిసి ఇది వుండొచ్చు. అభ్యుదయ శిష్యుల శిక్షణ కింద ఒక తరగతిలో శిక్షణ నిచ్చేందుకు ఏర్పాటుచేసే బృందంలో 24-30 మంది అభ్యాసకుల సంఖ్య ఉత్తమమైనది. మీకు సహాయం చేసేందుకు అనేకమంది శిక్షణార్థులు వున్నట్టయితే, మీరు 100మంది వరకూ అభ్యాసకులకు శిక్షణనివ్వవచ్చు. ముగ్గురు లేదా అంతకన్నా ఎక్కువమంది అబ్యాసకుల బృందంతో ఒక వారం ప్రాతిపదికన కూడా అభ్యుదయ శిష్యుల శిక్షణ ను సమర్థవంతంగా ఇవ్వవచ్చు

- ఏర్పాట్లు ధ్రువీకరించుకోండి- అభ్యాసకులకు వసతి, భోజనం, రవాణా సదుపాయం అవసరం మేరకు ఏర్పాటు చేయాలి.

- ఒక సమావేశస్థలాన్ని స్థిరపరుచుకోండి- సరఫరా చేయాల్సినవాటికోసం వెనుకవైపున రెండు బల్లలువున్న ఒక సమావేశం గదిని ఏర్పాటు చేయాలి, అభ్యాసకులకోసం

కుర్చీలను వృత్తాకారంలో అమర్చాలి, శిక్షణ సమయంలో అభ్యసన చర్యలకోసం గదిలో ఎక్కువభాగం కేటాయించాలి. అది ఎక్కువ సముచితమైనదైనట్టయితే, కుర్చీలకు బదులుగా నేలపై ఒక చాపను వేయాలి. కాఫీ, టీ, చిరుతిళ్ళతో ప్రతిరోజూ రెండు విరామ సమయాల ఏర్పాటుకోసం ప్రణాళిక వేసుకోండి.

- శిక్షణ సామగ్రి సేకరణ- బైబిళ్ళలను, తెల్లబల్ల/బుచ్చర్ పేపర్, మార్కర్లు, విద్యార్థుల నోట్సు, నాయకుల నోట్సు, కార్యములు 29 మ్యాప్ సాధన కోసం ప్రతి అభ్యాసకునికి తెల్లని పోస్టర్ పేపర్, రంగురంగుల మార్కర్లు లేదా క్రేయాన్లు, నోట్ పుస్తకాలు (బడిలో విద్యార్థులు ఉపయోగించేవి), పెన్నులు, పెన్సిళ్ళు.

- ఆరాధనా సమయాల ఏర్పాటు- పాల్గొనే ప్రతివారికోసం పాటల కాగితాలు లేదా బృందగాన పుస్తకాలు ఉపయోగించాలి. గిటార్ వాయించే వ్యక్తి ఎవరైనా బృందంలో వున్నారేమో గుర్తించి, మీకు సాయపడాల్సిందిగా (సాధ్యమైనట్టయితే) అతన్ని/ఆమెను అడగండి. ఆ తరగతిలో పాట ఎంపికకు టాపిక్ ఏమిటనేది ప్రతి పాఠపు శీర్షిక సూచిస్తుంది.

- అభ్యుదయ శిక్షణ సామగ్రిని సేకరించండి- ఒక బెలూన్, ఒక నీళ్ళ సీసా, పోటీ బహుమతులు సేకరించండి.

శిక్షణా కాలంలో...

- సర్దుబాటు ధోరణితో వుండండి- నిర్ణీత కాలాలన్ని పాటించండి, కాని అభ్యాసకుల జీవితాల్లో దేవుడు ఏమి చేశారనే విషయంలో దేవుడిని చేరడంలో తగినంత సర్దుబాటుధోరణితో వుండండి.

- సాధన, జవాబుదారీతనాన్ని నొక్కిచెప్పండి- పాఠాన్ని మీరు వారికి బోధించిన తర్వాత దాన్ని పరస్పరం సాధనకోసం అభ్యాసకులు బోధించుకునేలా చూడండి! సాధన లేనట్టయితే, ఇతరులకు శిక్షణనివ్వడంపై అభ్యాసకుల్లో ఆత్మవిశ్వాసం కలగదు. సాధనా సమయాన్ని తగ్గించడంకన్నా పాఠాన్ని కుదించడం

ఉత్తమం. సాధన, జవాబుదారీతనం అనేవి హెచ్చవేతకు కీలకాలు.

- నాయకత్వంలో ప్రతిఒక్కరికీ ప్రమేయం కల్పించండి- ప్రతి తరగతి చివరిలో ఒక భిన్నమైన వ్యక్తిని ప్రార్థించాల్సిందిగా కోరండి. శిక్షణ చివరికల్లా, ప్రతిఒక్కరూ కనీసం ఒక్కసారి ప్రార్థనలో సన్నిహితంగా వుండాలి. తమ చిన్న బృందపు సమయంలో సరళమైనన ఆరాధనలో ఒక భాగానికి అభ్యాసకులు వంతులవారీగా నాయకత్వం వహించాలి.

- ప్రతి అభ్యాసకుని ప్రతిభలకు సాధికారత, గుర్తింపు – శిక్షణలో తమ ప్రతిభలను ఉపయోగించే సాధికారతను పాల్గొన్నవారికి కల్పించాలి. సదస్సు సమయంలో తమ నైపుణ్యాలను ఉపయోగించేందుకు అభ్యాసకుల జాబితా తయారుచేయాలి: సంగీతం, ఆతిథ్యం, ప్రార్థన, బోధన, హాస్యం, సేవ, తదితరాలు.

- సమీక్ష, సమీక్ష, సమీక్ష- ప్రతి తరగతి ప్రారంభంలో వుండే సమీక్షా విభాగాన్ని దాటవేయవద్దు. సదస్సు చివరికల్లా, అన్ని ప్రశ్నలను, జవాబులను, చేతికదలికలను ప్రతి అభ్యాసకుడు తిరిగి చేయగలిగి వుండాలి. మీరు వారికి శిక్షణనిచ్చిన రీతిలోనే ప్రతిఒక్కరికీ శిక్షణ ఇవ్వాలని అభ్యాసకులకు గుర్తుచేయండి. అలాగే, తాము శిక్షణనిచ్చే వ్యక్తితో ప్రతిసారీ సమీక్షా విభాగాన్ని వారు నిర్వహించాలి.

- మూల్యాంకనకు సిద్ధమవండి- శిక్షణలో అభ్యాసకులు అర్థం చేసుకోలేవి లేదా వారు మిమ్మల్ని అడిగే అవకాశంమున్న ప్రశ్నల్లాంటి అంశాలపై ప్రతి తరగతి జరుగుతున్నప్పుడు నమోదుచేసుకోండి. ఆ తర్వాత మూల్యాంకన సమయంలో మీకు, మీ శిక్షణార్థికి ఈ నోట్సు ఉపయోగపడతాయి.

- సరళ ఆరాధన సమయాన్ని దాటవేయవద్దు- శిక్షణ ప్రక్రియలో సరళమైన ఆరాధన అనేది ఒక సమగ్ర భాగం. ఒక సరళమైన ఆరాధనా సమయానికి నాయకత్వం వహించడంలో అభ్యాసకులు సౌకర్యవంతంగా భావించినట్టయితే,

శిక్షణ తర్వాత ఒక బృందాన్ని ప్రారంభించేందుకు ఆత్మవిశ్వాసాన్ని వారు పొందగలుగుతారు.

శిక్షణ తర్వాత...

- మీ శిక్షణార్థితో శిక్షణలోని ప్రతి అంశాన్ని మూల్యాంకన చేయండి- శిక్షణ సమయాన్ని సమీక్షించి, మూల్యాంకన చేసేందుకు మీ శిక్షణార్థితో కాలం వెచ్చించండి. సానుకూల, ప్రతికూలతలపై ఒక జాబితా తయారుచేయండి. తదుపరిసారి మీరు దాన్ని బోధించేటప్పుడు శిక్షణను మెరుగుపరచుకోవడంపై ప్రణాళికలు తయారుచేయండి.

- భవిష్యత్ శిక్షణలకు సహాయపడడంకోసం సామర్థ్యంగల శిక్షణార్థులతో అనుసంధానంగా వుండండి-భవిష్యత్తులో ఒక అభ్యుదయ శిష్యులను రూపొందించే శిక్షణలో మీకు సహాయపడడంకోసం శిక్షణలో నాయకత్వ సామర్థ్యాన్ని ప్రదర్శించిన ఇద్దరు లేదా ముగ్గురు అభ్యాసకులతో అనుసంధానంగా వుండండి.

- తదుపరిశిక్షణకుఒకస్నేహితుడినితీసుకొచ్చేలా శిక్షణలో పాల్గొనేవారిని ప్రోత్సహించండి- తాము తదుపరిసారి హాజరయ్యేటప్పుడు భాగస్వాములతో రావాల్సిందిగా శిక్షణలో పాల్గొనేవారిని ప్రోత్సహించండి. ఇతరులకు శిక్షణనిచ్చే శిక్షకుల సంఖ్యను పెంచుకోవడానికి ఇది సమర్థవంతమైన మార్గం.

షెడ్యూల్

మూడురోజుల సదస్సు లేదా 12వారాల శిక్షణ కార్యక్రమం నిర్వహించేందుకు ఈ బోధనసామగ్రిని ఉపయోగించండి. రెండు షెడ్యూళ్ళలోనూ ప్రతి తరగతికి ఒకటిన్నర గంటల సమయం తీసుకోవాలి, పేజీ 21లోవున్న శిక్షకులకు శిక్షణ ప్రక్రియను ఉపయోగించుకోవాలి.

ప్రాథమిక శిష్యరికం శిక్షణ – మూడు రోజులు

	1వ రోజు	2వ రోజు	3వ రోజు
8:30	సాధారణ ఆరాధన	సాధారణ ఆరాధన	సాధారణ ఆరాధన
9:00	స్వాగతం	విధేయత	విధేయత
10:15	విరామం	విరామం	విరామం
10:30	బహుళం	నడక	అనుసరించు
12:00	మధ్యాహ్న భోజనం	మధ్యాహ్న భోజనం	మధ్యాహ్న భోజనం
1:00	సాధారణ ఆరాధన	సాధారణ ఆరాధన	సాధారణ ఆరాధన
1:30	ప్రేమ	వెళ్ళు	చేపట్టు
3:00	విరామం	విరామం	
3:30	ప్రార్థన	పంచు	
5:00	రాత్రి భోజనం	రాత్రి భోజనం	

ప్రాథమిక శిష్యరికం శిక్షణ – వారాలు

వారం 1	స్వాగతం సాదారణ ఆరాధన	వారం 7	నడక
వారం 2	బహుళం	వారం 8	నిరాడంబర ఆరాధన
వారం 3	ప్రేమ	వారం 9	వాళ్ళు
వారం 4	నిరాడంబర ఆరాధన	వారం1a0	పంచు
వారం 5	ప్రార్థన	వారం11	అనుసరించు
వారం 6	విధేయత	వారం 12	చేపట్టు